அள்ள அள்ளப் பணம் 5

பங்குச்சந்தை: டிரேடிங்

டாக்டர் சோம. வள்ளியப்பன்

பங்குச்சந்தை வர்த்தகம், பொருளாதாரம், உணர்வு மேலாண்மை, சுயமுன்னேற்றம், நிர்வாகவியல், மனித வள மேம்பாடு, நிதி நிர்வாகம் உள்ளிட்ட துறைகளில் பல புகழ்பெற்ற நூல்களை எழுதியவர். துறைகள் சார்ந்த செழிப்பான அனுபவமும் நிபுணத்துவமும் கொண்டிருக்கும் இவர் தொலைக்காட்சி மற்றும் பத்திரிகைத்துறை ஊடகங்களில் தொடர்ந்து இயங்கிவருகிறார். Emotional Intelligence-ல் ஆய்வுசெய்து சென்னை பல்கலைக் கழகத்தில் PhD. பட்டம் பெற்றவர். சொற்பொழிவுகள் மற்றும் பயிற்சி வகுப்புகள் மூலம் பல ஆயிரக்கணக்கான மக்களுடன் தொடர்ந்து உரையாடி வருபவர்.

அள்ள அள்ளப் பணம் 5

பங்குச்சந்தை: டிரேடிங்

சோம. வள்ளியப்பன்

கிழக்கு

அள்ள அள்ளப் பணம் 5 - *பங்குச்சந்தை: டிரேடிங்*
Alla Alla Panam 5 - Panguchanthai: Trading
by Soma Valliappan ©

First Edition: December 2009
Second Edition: June 2016
168 Pages
Printed in India.

ISBN: 978-81-8493-377-2
Title No: Kizhakku 453

Kizhakku Pathippagam
177/103, First Floor, Ambal's Building, Lloyds Road,
Royapettah, Chennai - 600 014. Ph: +91-44-4200-9603
Email : support@nhm.in Website : www.nhm.in

kizhakkupathippagam kizhakku_nhm

Author's Email: writersomavalliappan@gmail.com
Author's Website : www.writersomavalliappan.in
www.facebook.com/Soma Valliappan
www.youtube.com/Soma Valliappan

Kizhakku Pathippagam is an imprint of New Horizon Media Private Limited

The views and opinions expressed in this book are the author's own and the facts are as reported by the author, and the publishers are not in any way liable for the same.

All rights reserved. No part of this publication may be reproduced, stored in a retrieval system, or transmitted, in any form or by any means, electronic, mechanical, photocopying, recording or otherwise, without the prior permission of the publishers.

சமர்ப்பணம்

நமது நம்பிக்கை என்கிற அற்புதமான
தன்னம்பிக்கை மாத இதழையும் இயக்கத்தையும்
நடத்தும் நண்பர் மரபின் மைந்தன் முத்தையாவுக்கு.

ஓர் அவசியமான முன்குறிப்பு

இந்தப் புத்தகம் பங்குச் சந்தையைப் பற்றி அறிந்து கொள்ளவும், பங்குச்சந்தை எப்படி வேலை செய்கிறது என்பதைப் புரிந்து கொள்ளவும் உதவும் வகையில் மட்டுமே எழுதப்பட்டுள்ளது. எந்தெந்தப் பங்குகளில் முதலீடு செய்ய வேண்டும் என்ற எந்த அறிவுரையும் இந்தப் புத்தகத்தில் கொடுக்கப்படவில்லை. பங்குச் சந்தையில் முதலீடு செய்வதா, வேண்டாமா, எந்தெந்தப் பங்குகளை வாங்குவது, விற்பது ஆகியவை முழுவதுமாக உங்கள் முடிவாகும்.

பங்குச் சந்தை வர்த்தகத்தில் ஈடுபடுவதாலோ அல்லது வேறெந்த முதலீடுகளில் ஈடுபடுவதாலோ உங்களுக்கு ஏற்படும் நட்டங் களுக்கோ, இழப்புகளுக்கோ பதிப்பாளரோ, ஆசிரியரோ எந்த விதத்திலும் பொறுப்பேற்க மாட்டார்கள்.

DISCLAIMER

This book is only meant to help you learn about the stock market and how it works. Specifically nothing in this book should be construed as investment advice of any kind. You are solely responsible for your decision to invest in the stock market or buy or sell any specific shares.

The Publisher and the Author accept no liability for any losses or damages of any kind that may result from your investments in the stock market or elsewhere.

உள்ளே

முன்னுரை	/	8
1. டிரேடிங் பற்றி	/	13
2. எவற்றில் டிரேடிங்?	/	33
3. டிரேடிங் பலவகை	/	40
4. இண்ட்ரா டே டிரேடிங்	/	46
5. நிப்டியில் டிரேடிங்	/	64
6. டெக்னிக்கல் அனாலிசிஸ்	/	82
7. கேண்டில்கள்	/	89
8. பிற இண்டிகேட்டர்கள்	/	128
9. டிரேடிங்- சில ஆலோசனைகள்	/	143

முன்னுரை

2003-ம் ஆண்டு பங்குச் சந்தை பற்றி ஒரு புத்தகம் எழுதுகிறேன் என்று சொன்னபோது, அதெல்லாம் தமிழ்நாட்டில் விற்காது தம்பி என்று சொன்னவர், ஒரு மூத்த பதிப்பாளர். ஆனாலும், விடாமல் அதனை எழுதி முடித் தேன். எழுதியதை கிழக்கு பதிப்பகத்தில் கொடுத்தேன். கிழக்கு பதிப்பகத்தின் மேலாண்மை இயக்குநர், பத்ரி சேஷாத்ரி, பங்குச் சந்தை பற்றி நன்கு அறிந்தவர். பங்குகளில் முதலீடு செய்பவரும்கூட.

'அள்ள அள்ளப் பணம்' என்று பெயரிடப் பட்டு ஆகஸ்ட் 2004-ல் அந்த புத்தகம் வெளி வந்தது. 2005 ஜனவரி புத்தகக் காட்சியில் கணிசமான எண்ணிக்கையில் விற்பனை யானது. புத்தகம் வெளிவந்ததில் இருந்து எனக்கு தொடர்ந்து கடிதங்களும் மின்னஞ்சல் களும் வர ஆரம்பித்தன. அந்தக் கடிதங்களில் பல, நான் மேலும் எதைப் பற்றியெல்லாம் எழுதவேண்டும் என்று கேட்டுக்கொள்பவை யாக இருந்தன.

2006-ல் எழுதினாலும் 2007 ஜனவரியில்தான் பங்குச் சந்தை பற்றிய எனது இரண்டாவது புத்தகத்தைக் கொண்டுவர முடிந்தது. டெக் னிக்கல் அனாலிசிஸ், ஃபண்டமெண்டல் அனாலிசிஸ் ஆகியவை பற்றி அறிமுகம் செய்த அந்தப் புத்தகத்துக்கு என்ன பெயர் வைக்கலாம் என்று முதன்மை ஆசிரியர் பா.ராகவன் யோசித்தார். பிறகு தனிப்பெயர்

தேவையில்லை, 'அள்ள அள்ளப் பணம் 2' என்றே பெயரிடலாம் என்று முடிவுசெய்தார். அதனால், முதல் புத்தகம் 'அள்ள அள்ளப் பணம் 1' ஆனது.

2008-ல் வெளிவந்த, 'பியூச்சர்ஸ் அண்ட் ஆப்ஷன்ஸ்' பற்றிய மூன்றாவது புத்தகத்தின் தலைப்புக்கு அதிகம் யோசிக்கவேண்டி யிருக்கவில்லை. 'அள்ள அள்ளப் பணம் 3' என்று சுலபமாகப் பெயரிட்டோம். 2009 ஜனவரியில், 'அள்ள அள்ளப் பணம் 4' என்ற தலைப்பில் போர்ட்ஃபோலியோ முதலீடுகள் பற்றிய புத்த கத்தை எழுதினேன்.

இப்போது, டிரேடிங் பற்றிய புத்தகம் 'அள்ள அள்ளப் பணம் 5'. முதல் புத்தகம் எழுதியது மட்டுமே என் சுய தூண்டுதலால். இந்த டிரேடிங் உட்பட மற்ற 4 புத்தகங்களுமே, வாசகர்கள் கேட்டுத் தான். 'அள்ள அள்ளப் பணம் 1' படித்தேன் என்று இப்போதும் மாதம் பத்து மின்னஞ்சல்களாவது வருகின்றன. பங்குச் சந்தை தொடர்பான கூட்டங்களுக்குப் போகும் இடங்களில் சந்திக்கும் வாசகர்கள், தொலைக்காட்சி நேரலை நிகழ்ச்சிகளில் கலந்து பேசும் வாசகர்கள் என எல்லோருமே, நான் மேற்கொண்டு பங்குச் சந்தை பற்றிப் பலவற்றையும் எழுதவேண்டும் என்று விருப்பம் தெரிவித்தார்கள்.

அள்ள அள்ளப் பணம் 1, 2, 4 ஆகிய மூன்றும் எனக்கு நன்கு பரிச்சயமானவை. ஃபியூச்சர்ஸ் அண்ட் ஆப்ஷன்ஸ் பற்றி தொடக்கத்தில் எனக்குத் தெரியாமல் இருந்தது. ஆனால் , பலரும் தொடர்ந்து கேட்டுக்கொண்டதால், அதனைத் தெரிந்து கொண்டு, புரிந்துகொண்டு எழுதலாம் என்று முடிவு செய்து, அதில் இறங்கினேன். கணிசமான அளவு நட்டப்பட்டேன். ஆனாலும் அவ்வளவும் புத்திக் கொள்முதல் ஆனது. அதுவே 'அள்ள அள்ளப் பணம் 3' என்ற புத்தகம் ஆனது.

டிரேடிங்கும் அப்படிப்பட்ட தேடல் அனுபவங்களுக்குப் பிறகு தான் எனக்குப் பிடிபட்டது. அதன்பிறகே எழுதியிருக்கிறேன்.

வைகைத் தொலைகாட்சி மதுரையில் ஒரு கூட்டத்துக்கு அழைத் திருந்தது. நூற்றுக்கணக்கானோர் கூடியிருந்தனர். நான் பேசி முடித்தபிறகு கேள்விகள் நேரம். பலரும் சந்தேகங்கள் கேட்டார் கள். ஒருவர் எழுந்து கேட்டார், 'சார், உங்களுக்கு டெக்னிக்கல் அனாலிசிஸ்மீது நம்பிக்கை இருக்கிறதா?'

'கட்டாயம் இருக்கிறது. எப்போது வாங்குவது, எப்போது விற்பது ஆகிய முடிவுகளை டெக்னிக்கல் அனாலிசிஸ் வைத்தே எடுக்க வேண்டும்' என்றேன்.

அந்த கேள்வியைக் கேட்டவர் பின்பு என்னை நேரில் சந்தித்தார். அவர் பெயர், செந்தில் கண்ணன். மதுரையைச் சேர்ந்த இளைஞர். டெக்னிக்கல் அனாலிசிசில் பயிற்சி பெற்றிருந்தார். டெக்னிக்கல் அனாலிசிஸ் பற்றி எனக்குக் கூடுதல் விவரங்களைச் சொன்னார். டெக்னிக்கல் அனலிஸ்டுகள் சந்தையில் என்ன நடக்கப்போகிறது, எதனை வாங்கலாம், எதனை விற்கலாம், எப்போது வாங்கலாம், விற்கலாம் என்றெல்லாம் சொல்வார்கள் (கால்ஸ் கொடுப்பார்கள்). பல சமயங்களில் அவர்கள் சொல்வது அப்படியே நடப்பதைப் பார்த்து வியந்திருக்கிறேன்.

அவர்கள் சொல்வதெல்லாம் சார்ட் சொல்வதை வைத்துத்தான். என்ன செய்யவேண்டும் என்பதை இந்த சார்ட்தான் அவர்களுக்குத் தெரிவிக்கிறது என்பதைப் பின்னர் தெரிந்து கொண்டேன். 'இது கட்டாயம் நடக்கும்' என்று அவர்கள் ஒற்றை வாக்கியங்களாக எதையும் சொல்லுவதில்லை. அப்படிச் சொல்லவும் முடியாது. ஆனால், 'இது நடந்தால், அது நடக்கும்' என்று ஒரு கணக்கு சொல்வார்கள். அதுபோதும், பங்குச் சந்தை என்கிற முரட்டுக் குதிரைமீது சவாரி செய்வதற்கு.

டிரேடிங் இல்லாமல் பங்குச் சந்தை இல்லை. அதனை பற்றி எழுதாமல் இருக்கமுடியாது. இந்தத் துறையைப் பற்றி அதிகம் பரிச்சயம் இல்லாதவருக்கும் புரியும்படி, இந்தத் துறை பற்றி எனக்கு தெரிந்தவை அனைத்தையும் எழுதவேண்டும் என்று, நான் எப்போதும் செய்வதுபோல முடிவு செய்துகொண்டுதான் இந்தப் புத்தகத்தையும் எழுதியிருக்கிறேன்.

டெக்னிக்கல்ஸ் தெரிந்துகொண்டு சரியாக அதன்படிச் செய்தால், நட்டங்களைத் தடுப்பது மட்டுமல்ல, மிகப்பெரும் பணம் சம்பாதிக்கவும் வாய்ப்பிருக்கிறது. நம் மக்கள் அனைவரும் அப்படிப் பொருள் ஈட்டவேண்டும் என்பதே என் விருப்பம்.

நான் ஓர் ஆரம்பப் பள்ளி ஆசிரியன் போலத்தான். அடிப்படைகளைத் தெரிவிப்பதே என் நோக்கம். 'இவையெல்லாம் கடினமல்ல, இவற்றை எவரும் புரிந்துகொள்ள முடியும்' என்று

எடுத்துக் காட்டுவதே என் நோக்கம். ஆர்வம் உண்டானபின் நீங்களாகவே தேடி இந்தப் புத்தகத்தில் இருப்பதைவிட அதிகமாக தெரிந்துகொள்வீர்கள். அப்படித்தான் முந்தைய அள்ள அள்ளப் பணம் புத்தகங்களுக்கும் நேர்ந்தது. வாசித்தவர்கள் எழுதும் கடிதங்களும் அவர்களின் விசாரிப்புகளும் அதனையே காட்டுகின்றன. அவை தரும் மகிழ்ச்சியே தனிதான்.

நீங்கள் வெற்றி பெறுங்கள். உங்கள் வெற்றிக் கதைகளை, விவரங்களை எனக்குத் தொடர்ந்து எழுதுங்கள். அதுவே என்னை மேலும் எழுதத் தூண்டும் என்கிற வேண்டுகோளுடன்,

சோம வள்ளியப்பன்
அபிராமபுரம்
டிசம்பர் 2009

1. டிரேடிங் பற்றி

பங்குச் சந்தை என்பது பணம் பண்ணுவதற்கான இடம். அதில் பணம் செய்வதற்கு ஒரு வழிதான் என்றில்லை. பல வழிகள் இருக்கின்றன. பங்குச் சந்தையில் இருப்பவர்களைக் கேட்டால் சொல்வார்கள். ஆனால், ஏகப்பட்ட வழிகள் இருந்தாலும், பெரும்பாலானவர்கள் நுழைய விரும்புவது, ஒரு குறிப்பிட்ட வகையில்தான். அதன் பெயர் 'டிரேடிங்'.

சரியான நேரம் பார்த்து, தேர்ந்தெடுத்த சில பங்குகளை வாங்கி, அவற்றை நீண்டநாள் வைத்துக் கொள்ளும் முறைக்குப் பெயர் 'இன்வெஸ்ட்மென்ட்'. பங்குத் தரகர்கள் வார்த்தைகளில் அதன் பெயர் 'டெலிவரி வியாபாரம்'. இதனை விரிவாக 'அள்ள அள்ளப் பணம் 4: போர்ட்ஃபோலியோ முதலீடுகள்' என்ற புத்தகத்தில் பார்த்துவிட்டோம்.

அதில் சொன்னதுவரை சரி. அதில் எந்த மாற்றமும் இல்லை. பங்குச் சந்தையில் நிச்சயமாகப் பணம் செய்யவேண்டும் என்றால் இன்வெஸ்ட்மெண்ட் வழிமுறைதான் சரி. அந்த முறையில்தான், பணத்தை இழக்கிற ஆபத்து - ரிஸ்க் குறைவு.

'ஊகபேரம் என்னும் ஸ்பெக்குலேஷன் வேண்டவே வேண்டாம், ஆபத்து, பொசுக்கியே விடும்' என்று

அடிப்படைகள் பற்றிய புத்தகமான அள்ள அள்ளப் பணம் 1-ல் உறுதியாகவே தெரிவித்திருந்தேன். அந்தக் கருத்திலும் மாற்றம் ஏதுமில்லை.

இன்வெஸ்ட்மெண்ட் பற்றிப் பார்த்தாகிவிட்டது. ஸ்பெக்கு லேஷன் வேண்டாம் என்றாகிவிட்டது. மீதமிருப்பது ஒன்று தான். நிலுவையில் இருக்கும் அந்த ஒன்று டிரேடிங்தான்.

டிரேடிங் என்பது இன்வெஸ்ட்மெண்டும் இல்லை. ஸ்பெக்கு லேஷனும் இல்லை. 'இரண்டுக்கும் இடைப்பட்டதா?' என்றால், அப்படியும் சொல்ல முடியாது!

சரி, டிரேடிங் பற்றி வேறு என்னதான் சொல்லலாம் என்கிறீர்களா. சொல்கிறேன் கேளுங்கள்.

- பங்குச் சந்தையில் நடைபெறும் தினசரி வர்த்தகத்தில் குறைந்தபட்சம் 80 சதவிகித அளவு டிரேடிங்தான்.

- மிகப்பெரும் முதலீட்டாளர்களும்கூட டிரேடிங்கில் ஈடுபடுகிறார்கள்.

- பங்குத் தரகர்கள், பங்குச் சந்தை நிர்வாகங்கள் இதனைத்தான் விரும்புகிறார்கள் என்று சொல்லலாம். காரணம், அவர்களது பெரும்பகுதி வருமானம் இதிலிருந்துதான் வருகிறது. வெறும் முதலீடு (டெலிவரி) மட்டும்தான் நடக்கும் என்றால், தற்சமயம் இருப்பதில் 10% பங்குத் தரகர்கள்கூட இந்தத் தொழிலில் தொடர்ந்து ஈடுபட மாட்டார்கள்.

- ஃப்யூச்சர்ஸ் அண்ட் ஆப்ஷன்ஸ் (F & O) முழுக்க முழுக்கவே டிரேடிங் சார்ந்ததுதான்.

- மைய அரசுக்கு பெருமளவு வருமானத்தினை வரியாக ஈட்டித்தருவது இந்த டிரேடிங்தான்.

- பங்குச் சந்தையின் மிகப்பெரிய ஏற்ற இறக்கங்களுக்குக் காரணமாக இருப்பதும் இதுவே.

மொத்தத்தில் டிரேடிங்தான் பங்கு வர்த்தகத்தின் கவர்ச்சிக்கே காரணம். இதன் மூலமே பங்குச் சந்தைகள் உயிர்த் துடிப்புடன் இருக்கின்றன. பங்குச் சந்தைக்கு வருபவர்கள் எவருமே டிரேடிங்கில் ஈடுபட்டு வெற்றிபெறவே ஆசைப்படுகிறார்கள்.

இதனை தவிர்க்க விரும்புபவர்களையும் தன்னை நோக்கி இழுக்கும் ஈர்க்கும் ஆற்றல் இதற்கு உண்டு.

இவ்வளவு ஈர்ப்புள்ள இதனைச் செய்யத் தெரிந்த பிறகும், செய்யாமல் தவிர்ப்பவர்கள், உண்மையாகவே நல்ல மனக்கட்டுப்பாடு உள்ளவர்கள். ஏனெனில் இதனைச் செய்யத் தொடங்கிவிட்டால், விடுவது சிரமம்.

இதை எப்படி சரியாகச் செய்வது என்று தெரியாமல் உள்ளே இறங்குபவர்கள் நிச்சயமாகப் பணத்தை இழப்பார்கள்.

இதனைச் சரியாகப் புரிந்து கொண்டும், அதே சமயம் கட்டுப்பாடு குறையாமல் செய்பவர்கள் எண்ணிக்கை மிக மிகக் குறைவு. ஆனால் அவர்கள் செய்கிற சம்பாத்தியம் மிக அதிகம். முதலீடு செய்து பணம் பார்ப்பவர்களைவிடவும் கூடுதல்.

டிரேடிங் என்றால்...

டிரேடிங் பற்றிச் சரியாகத் தெரியாமல் இருப்பவர்களுக்காக, டிரேடிங் என்றால் என்ன என்று வரையறை செய்துவிடலாம்.

பங்குச் சந்தையில் டிரேடிங் என்றால்

- விலை ஏறுவதற்கு முன் சரியாக வாங்குவது. விலை ஏறியதும் விற்றுவிடுவது.
- விலை இறங்குமுன் விற்று வைப்பது. எதிர்பார்த்த விலை இறக்கம் நிகழ்ந்ததும் வாங்கி நேர் செய்து விடுவது.
- இவற்றைச் செய்வதன்மூலம் லாபம் பார்ப்பது. கையில் இருக்கும் முதலீட்டை (கேப்பிடல்) இயன்ற அளவு அதிகமான முறைகள் புரட்டி, கணிசமான பணத்தைப் பார்த்துவிடுவது.

உதாரணத்துக்கு ஒருவரிடம் ஒரு லட்ச ரூபாய் பணம் இருக்கிறது என்றால், அவர் 60,000 அல்லது 70,000 ரூபாய்க்கு நல்ல பங்குகளாகப் பார்த்து வாங்கி வைத்துக்கொள்ளலாம். கையில் உள்ள மீதிப் பணத்துக்கும்கூட வேறு சில நல்ல பங்குகளையே பின்னர் வாங்குவார்கள். வாங்கியவற்றை, கணிசமாக விலை ஏறியபின்னரே விற்பது என்ற தீர்மானத்துடன் இருக்கலாம். இதுதான் இன்வெஸ்ட்மென்ட். நல்ல பங்குகளை தொடர்ந்து

சில ஆண்டுகள் வைத்திருந்தால், மூன்று வட்டிகூட (ஆண்டுக்கு 36%) கிட்டும் என்பார்கள். வாங்கிய பங்குகளில் சிலவற்றின் விலைகள் உயரும், வேறு சிலவற்றின் விலைகள் குறையும். மொத்தத்தில் சராசரியாக ஆண்டுக்கு 36% தருகிறது என்றால், அது நிச்சயம் நல்ல வருமானம்தான். போட்ட முதல் மூன்று ஆண்டுகளில் இரட்டிப்பாகி விடும்.

நன்றாக டிரேடிங் செய்பவர்கள் (கவனிக்கவும், எல்லோரும் அல்ல. நன்றாக செய்பவர்கள் மட்டும்) என்ன செய்வார்கள் என்றால், அவர்களது ஒரு லட்ச ரூபாய் முதலை வைத்து தினசரி பங்குகள் வாங்குவார்கள், தினசரி விற்பார்கள். உதாரணத்துக்கு ஒரு லட்ச ரூபாய்க்குப் பங்குகள் வாங்கி, அந்தப் பங்குகள் 3% முதல் 5% வரை விலை உயர்ந்ததும் உடனேயே விற்றுவிடுவார்கள். அப்படி விலை உயரும் என்று கணித்து, சரியான சந்தர்ப்பம் பார்த்துதான் பங்குகளை வாங்குவார்கள்.

சனி ஞாயிறு வார விடுமுறை நாள்கள் போக மாதத்தில் சுமார் 22 நாள்களுக்கு பங்கு வர்த்தகம் நடக்கும். அந்த 22 நாள்களில் செய்யும் பல்வேறு வர்த்தகங்களில் நிகரமாக ஐந்து நாள்களில் பணம் இழக்கிறார்கள் என்று வைத்துக்கொள்வோம். அந்த நாள்களில் இழப்பு சுமார் 3% என்று வைத்துக்கொள்வோம். மற்றொரு 6 நாள்களுக்கு அவர்கள் சும்மா இருக்கிறார்கள். வர்த்தகம் ஏதும் செய்யவில்லை அல்லது செய்கிற டிரேடிங்கில் லாபமும் இல்லை, நட்டமும் இல்லை. மீதமுள்ள 11 நாள்களில் லாபம் செய்கிறார்கள். அந்த 11 நாள்களில் கிடைக்கிற லாபம் சராசரியாக நாள் ஒன்றுக்கு 3% என்று வைத்துக் கொள்வோம். அப்படியென்றால், அவர்களது ஒரு லட்ச ரூபாய் பணம் மாத முடிவில் எவ்வளவாக ஆகியிருக்கும்?

பதினொரு நாள்களுக்கு, நாள் ஒன்றுக்கு லாபம் 3,000 ரூபாய். 11 x 3,000 = 33,000 ரூபாய்.

ஐந்து நாள்களில், நாள் ஒன்றுக்கு நட்டம் 3,000 ரூபாய். 5 x 3,000 = 15,000 ரூபாய்.

மாதத்தில் 22 நாள்களுக்கும் சேர்த்து நிகர லாபம்: 18,000 ரூபாய். அப்படியென்றால், ஓர் ஆண்டுக்கு?

18,000 x 12 = 2,16,000 ரூபாய்.

மேலே பார்த்ததுபோல நடந்தால், ஒரு லட்ச ரூபாய் முதலீட்டுக்கு ஆண்டுக்கு இரண்டு லட்சத்து பதினாறாயிரம் ரூபாய் வருமானம் கிடைக்கும். போதுமா?

சாத்தியமா?

டிரேடிங் செய்பவர்களில் நூற்றுக்கு தொண்ணூற்று ஒன்பது சதவிகிதம் நபர்களுக்கு இது சாத்தியமில்லை. டிரேடிங் செய் பவர்களில் பெரும்பாலானவர்கள் பணத்தை இழக்கவே செய் கிறார்கள். தொடர்ந்து இப்படியே நடக்க, ஒருகட்டத்தில் வெறுத்துப்போய் பங்குச் சந்தையை விட்டே ஒதுங்கிப் போய் விடுகிறார்கள். இதுதான் நடைமுறை.

கடந்த காலத்தை கவனித்துப்பார்த்தால் தெரியும். பங்குச் சந்தை யில் 3 அல்லது 5 அல்லது 7 என்பது போல குறிப்பிட்ட ஆண்டு களுக்கு ஒருமுறை கட்டாயம் மிகப்பெரிய எழுச்சி (புல் ரன்) வருகிறது. குறியீட்டு எண்கள் வரலாறு காணாத உச்சங்களுக்குப் போகின்றன. அதனால் ஊடகங்களிலும் பத்திரிகைகளிலும் பங்குச் சந்தையின் எழுச்சி பற்றிய செய்திகள் தொடர்ந்து முக்கியத்துவம் பெறுகின்றன. இதன் காரணமாக, பங்குச் சந்தை பற்றி எதுவுமே தெரியாத பொதுமக்களின் கவனத்தையும் கவருகின்றன.

அதுவரை அந்தப் பக்கம் எட்டிக்கூடப் பார்க்காதவர்களையும் சுண்டி இழுக்கும் அளவு வெற்றிக் கதைகள் பலராலும் உரக்கப் பேசப்பட, பங்குச் சந்தைக்குச் சம்பந்தமில்லாத, அதைப் பற்றி எதுவுமே தெரியாத, ஒரு பெரும்கூட்டம் பங்குச் சந்தைக்குள் வருகிறது. அப்படி உடனடியாகப் பெரும் பணம் செய்யும் ஆசையுடன் திமுதிமுவென உள்ளே நுழைபவர்களால் பங்கு விலைகள் மேலும் அதிகமாக உயர்ந்துவிடுகின்றன.

ஒன்றும் அறியாத மிகப்பெரிய கூட்டத்தின் திடீர் வரவால் பங்கு விலைகள் பட்டம் போல உயர உயரப் பறக்கும். அதன்பின் நூல் அறுந்துபோன பட்டம் போலவே விலைகள் தலைகுப்புற விழும். என்ன நிகழ்கிறது என்று புரியாமல், திருவிழாக் கூட்டத் தில் பெற்றோரைப் பிரிந்த குழந்தைபோல, திக்குத் தெரியாமல், விலை சரிந்து போன பங்குகளுடன் புதிய முதலீட்டாளர்கள் திருதிருவென விழித்தபடி நிற்பார்கள்.

அதுசமயம் யார் என்ன விளக்கம் சொன்னாலும், அவர்களுக்குப் புரியாது. 'சீச்சீ இந்தப் பழம் புளிக்கும். இனி இதன் அருகேகூட வரக்கூடாது. தொலைத்த பணம் போகட்டும். இனி என்ன பெரிய வாய்ப்புகள் இருந்தாலும் சரி. இந்தப் பக்கம் தலை வைத்துக்கூடப் படுக்க மாட்டேன்' என்று சொல்லிவிட்டு, தீர்மானமாக வெளியேறிவிடுவார்கள்.

பங்குச் சந்தையின் ஒவ்வொரு எழுச்சியின்போதும் அதன் பின்னும் இது தவறாமல் நடக்கும். புதியவர்கள் உள்ளே வருவார்கள். கடுமையாக பாதிக்கப்படுவார்கள். இடிபாடுகளில் இருந்து மீண்டு, தப்பித்தோம் பிழைத்தோம் என்று ஓடியே போவார்கள். முந்தைய எழுச்சியின்போதும் வீழ்ச்சியின் போதும் நிகழ்ந்தவற்றைச் சொல்லுவதற்கு ஆட்கள் இருக்க மாட்டார்கள்.

அப்படி என்ன ஒரேயடியாகவா எல்லோரும் அழிந்துபோவார்கள், ஓடிப்போவார்கள் என்றால்... இல்லைதான். ஒரு சிலர் இவற்றையெல்லாம் தாண்டியும் தொடர்ந்து நிற்பார்கள். அவர்கள்தான் பங்குச் சந்தை வெற்றியாளர்கள். அவர்களை இரண்டு வகையாகப் பிரிக்கலாம்.

ஒன்று, வீழ்ச்சியில் அடிபட்ட பின்னரும், ஆசையும் நம்பிக்கையும், அவற்றைவிட முக்கியமாகப் பணமும் வைத்திருப்பவர்கள். அதனால் அடுத்த திருவிழாவுக்கும் கனத்த மணி பர்சுகளுடன் வருபவர்கள்.

இரண்டாவது சாராரை மேலும் இரண்டு வகையாகப் பிரிக்கலாம். ஒரு சாரார், 'இன்வெஸ்ட்' செய்துவிட்டு பங்கு விலைகள் விழுவதைப் பற்றியெல்லாம் கவலையேபடாமல் தங்கள் வேலையைப் பார்ப்பவர்கள். இவர்கள் வீழ்ச்சிகளால் பாதிக்கப்பட மறுப்பவர்கள். அடுத்த சாரார், சென்றமுறை நிகழ்ந்தவற்றைப் பாடமாக்கிக் கற்றுக்கொண்டு, முன்னிலும் வலிமையாக எழுந்து நிற்பவர்கள். 'வா, இந்த முறை உன்னை ஜெயித்துக் காட்டுகிறேன். நான் வீழ்வேன் என்று நினைத்தாயா?' என்று கொக்கரிப்பவர்கள். இவர்களுக்குத்தான் டிரேடிங்கில் பணம் பண்ணுவது சாத்தியம்.

டிரேடிங்கிலும் பணம் பண்ண முடியும். 'அள்ள அள்ளப் பணம் 1' புத்தகத்தில் இந்த முறையைப் பற்றி கொஞ்சம் சொல்லியிருக்

கிறேன். அதிக வால்யூம் நடக்கும் பங்குகளாக, அதிக விலை வித்தியாசங்கள் காட்டும் பங்குகளாகத் தேர்வு செய்து, அவற்றை ஓரளவு வாங்கி வைத்துக்கொண்டு, அதன்பின் விலை ஏறும்போது கொஞ்சம் விற்பதும், விலை இறங்கும்போது மேலும் சிறிது வாங்குவதும் என்றும் ஒரு ஆரம்பகட்ட முறை பற்றி விளக்கியிருந்தேன்.

ஆனால் அதைவிடப் பல படிகள் மேலே போகலாம். நட்டங்களை குறைக்கலாம். கட்டுப்பாட்டுக்குள் கொண்டு வரலாம், லாபத்தை பெருக்கலாம்.

எது ஸ்பெக்குலேஷன்?

ஆரம்பத்திலிருந்தே நாம் தவிர்த்தே ஆகவேண்டும் என்று எச்சரிப்பது ஊகபேரத்தினைத்தான். டிரேடிங் பற்றி எழுதும் போது எது ஊகபேரம் என்று விவரிப்பது அவசியம். காரணம் பல சமயங்களில் இரண்டும் ஒன்றுபோலத் தோற்றமளிக்கும். அதனால் பலருக்கும் அவற்றுக்கு இடையே வேறுபாடு தெரிவதில்லை.

ஸ்பெக்குலேஷன் என்பது ஆபத்தானது. போடுகிற முதல் முழு வதையும் கபளீகரம் செய்துவிடும் சக்தி கொண்டது. அசுர சக்தி. ஆசை காட்டி உள்ளே இழுத்து, பின் பொசுக்கக்கூடிய சக்தி.

இப்படி நடக்கும் என்று ஒன்றை எதிர்பார்ப்பது. அது நடந்தால் மிகப்பெரிய லாபம் கிடைக்கும். அதனால் அது நிச்சயம் நடக்கும் என்று கருதி அதில் பணத்தைப் போடுவது. ஆனால் அந்த ஒன்று நடக்கலாம், நடக்காமலும் போகலாம். இதுதான் ஊகபேரம். ஊகத்தின் அடிப்படையில் செய்வது.

விளைவு மிகப்பிரமாதம். ஆனால் விளைவு நிச்சயமில்லை. இதற்கு ஒரு சமீபத்திய உதாரணம் பார்ப்பதென்றால், சத்யம் கம்ப்யூட்டர்ஸ் விவகாரத்தைச் சொல்லலாம்.

சத்யம் பங்குகள் 2008-க்கு முன்பு, ஒரு நல்ல நம்பத் தகுந்த பங்கு. அதனை 135 பரஸ்பர நிதிகள் கணிசமான அளவில் (மொத்தம் 2.64 கோடி பங்குகள்) வைத்திருந்தார்கள். பல FII-க்களும் வைத்திருந் தார்கள். 17 டிசம்பர் 2008 அன்று சத்யம் கம்ப்யூட்டர் பங்கு விலை ஒரே நாளில் 68 ரூபாய் குறைந்தது. அதன் 16 டிசம்பர் முடிவு விலை ரூபாய் 226.50. அதே பங்கு, 17 டிசம்பர் முடிவு விலை

ரூபாய் 158.05. கிட்டதட்ட 30 சதவிகித வீழ்ச்சி. ஒரே நாளில் நல்ல பங்கு ஒன்றின் விலை இவ்வளவு விழுந்திருக்கிறதே! இதுபோன்ற சந்தர்ப்பம் மற்றொருமுறை கிடைக்குமா என்று உடனடியாக அதனை வாங்கியவர்கள் ஏராளம். அடுத்தடுத்து நிகழ்ந்தவை ஒரு திகில் திரைப்படத்தில்கூடச் சாத்தியமில்லாதவை. அவ்வளவு அதிர்ச்சி தந்த தகவல்கள். நிறுவனர் ராமலிங்க ராஜு, தான் மிகப்பெரிய ஊழல் செய்திருந்ததை வெளிப்படையாக ஒப்புக்கொண்டார்.

சத்யம் நிறுவனப் பங்கு F&O-விலும் வர்த்தகத்துக்கு உரிய பங்காக அப்போது இருந்தது என்பதால், ஒரு நாளைக்கு இவ்வளவுதான் விலை மாறுபாடு என்ற சர்க்கியூட் பிரேக்கர் இல்லாமல் இருந்தது. அதன் காரணமாக, ஊழல் பற்றிய தகவல் வெளிவந்ததும், விலை சரசரவென்று மாடிப்படியில் உருண்டு விழும் பந்தைப் போலக் கீழிறங்கியது.

விலை, ரூபாய் நூறுக்கும்கீழே வர, 'அட! பரவாயில்லையே!' என வேறு சிலர் வாங்கினார்கள். 90, 80, 70... 60. சத்யம் நிறுவனப் பங்கு வெறும் அறுபது ரூபாய்தானா? மெகா தள்ளுபடி விற்பனையில் அள்ளுவதைப் போல பலர் ஆயிரங்களில் வாங்கினார்கள். 'அதன் புக் வேல்யூவே எவ்வளவு தெரியுமா?' என்பது போன்ற பேச்சுகள். 40, 30, 20... 15. அதையும் தாண்டி வெறும் 6 ரூபாய்க்கே வந்தது.

பின்பு சற்று தடுமாறி இருபது ரூபாயில் பல நாள்கள் இருந்தது. அதன்பின் நாற்பதுக்கும், அதன்பின் அறுபதுக்கும் வந்தது. நவம்பர் 2009 வரை அது ரூபாய் 114-ஐத் தாண்டவில்லை.

முதலீட்டுக்காக என்று வாங்கியவர்கள் மட்டும் (பல்லைக் கடித்துக் கொண்டு) தொடர்ந்து வைத்திருப்பார்கள். குறுகிய காலத்தில், அப்படி வாங்கி இப்படி விற்று விடலாம் என்று வர்த்தகம் செய்ய நினைத்தவர்கள், ஏதோ ஒரு கட்டத்தில் விற்றுவிட்டு வெளியேறியிருப்பார்கள். பெருத்த நட்டம் அடைந்திருப்பார்கள்.

உறுதியான தகவல்கள் இல்லாத நிலையில், ஏற்கெனவே உள்ள தகவல்கள், நம்பிக்கைகள், எதிர்பார்ப்புகளின் அடிப்படையில் செய்வதுதான் ஊகம், ஊகபேரம். லாங் போய் வாங்கி மாட்டிக்கொள்வது மட்டுமல்ல. வேறு சிலர், இதன் விலை

கடுமையாக இறங்கும் என்று ஊகித்து விற்று வைத்து ஷார்ட் போயும் மாட்டிக்கொள்வது உண்டு.

மே 2009. இந்திய நாடாளுமன்றத்துக்குத் தேர்தல் நடந்து முடிந்தது. தேர்தலுக்குமுன் பரவலாக இருந்த கருத்து, எந்த ஒரு அணிக்கும் தனிப் பெரும்பான்மை கிடைக்காது என்பதுதான். அதனால் இனி தொங்கு நாடாளுமன்றம்தான் என்று கணித்தார்கள்.

நிலையான மத்திய அரசு என்றால் பங்குச் சந்தைக்குச் சந் தோஷம். நிலையற்றது என்றால் வருத்தம். அதனால் பங்கு விலைகள் இறங்கும். தேர்தல் நெருங்க நெருங்க, பங்குச் சந்தையில் பயம் பற்றிக்கொண்டது.

தேர்தல் முடிவுகள் என்பது பங்குச் சந்தையை பாதிக்கும் நிகழ்வுகளில் மிக முக்கியமான ஒன்று. பட்ஜெட் மற்றொன்று. இந்த நிகழ்வுகளுக்கு முன்பு பலரும் சில நிலைப்பாடுகளை எடுப்பார்கள். தேர்தலில் ஆளும் கட்சி தோற்கும் அல்லது ஜெயிக்கும். அல்லது குறிப்பிட்ட கட்சி வெற்றிபெறும். அது பங்குச் சந்தைக்கு நல்லது அல்லது கெட்டது. தேர்தலில் எந்தக் கட்சிக்கும்/கூட்டணிக்கும் பெரும்பான்மை கிடைக்காது. அது பங்குச் சந்தைக்குக் கெடுதல். இப்படிப் பல நிலைப்பாடுகள். தாங்கள் எடுக்கிற நிலைப்பாட்டின் அடிப்படையில், ஒன்று, பங்குகளை வாங்கிக் குவிப்பார்கள். அல்லது முன்கூட்டியே விற்றுத் தள்ளுவார்கள்.

2009 பொதுத் தேர்தலில் பெரும்பாலானவர்கள் எடுத்த நிலைப் பாடு, எந்தக் கூட்டணிக்கும் பெரும்பான்மை கிடைக்காது என்பது. அதன் காரணமாக பலரும் ஃப்யூச்சர்ஸில் ஷார்ட் போனார்கள். ஆப்ஷன்களிலும் அதே நிலைப்பாட்டை ஒட்டி வர்த்தகம் செய்தார்கள்.

ஆக, மொத்தப் பங்குச் சந்தைக்கும், தேர்தல் முடிவு முன் கூட்டியே தெரிந்தது போலவும், அந்த முடிவு தொங்கு நாடாளு மன்றம் என்பது போலவும் இருந்தது. இதில் FII-களும் அடக்கம்.

ஆனால் நிகழ்ந்தது நேர்மாறானது. காங்கிரஸ் கூட்டணி நல்ல வெற்றி பெற்றதோடு மட்டுமல்ல, அந்தக் கூட்டணியில் காங் கிரஸ் கட்சி கணிசமான எண்ணிக்கை எம்.பி.க்களுடன் முன்னை விட வலுவான நிலையில் இருந்தது. தேர்தலுக்கு முந்தைய

அரசாங்கத்தில், பங்குச் சந்தைக்கு விருப்பமான 'பொருளாதாரச் சீர்திருத்தங்கள்' பலவற்றையும் செய்ய விடாமல் நெருக்கடி கொடுத்துக் கொண்டிருந்த கம்யூனிஸ்டுகள் படுதோல்வி அடைந்ததும், அவர்கள் தொடர்பின்றி காங்கிரஸ் தலைமையில் ஓர் அரசு அமைய இருந்ததும், பங்குச் சந்தைக்கு மிகப்பெரிய தெம்பைக் கொடுத்தது.

தேர்தல் முடிவுகள் சனிக்கிழமை வெளிவந்தன. அன்று பங்குச் சந்தைக்கு விடுமுறை. ஞாயிறும் விடுமுறை. திங்கள் கிழமை, பங்குச் சந்தையில் நல்ல உயர்வு இருக்கலாம் என்ற எதிர்பார்ப்பு இருந்தது. அன்றைய தினம் ஒரே நாளில் ஐந்து சதவிகிதம்கூட உயர்வு இருக்கும் என்று பத்திரிகைகள் எழுதின.

இந்தக் காரணங்களால், தங்கள் ஷார்ட்டை திங்கட்கிழமை, பங்குச் சந்தை வர்த்தகம் தொடங்கியதுமே, வாங்கி 'கவர்' செய்துவிடவேண்டும் என்று ஷார்ட் போயிருந்தவர்கள் நினைத்தார்கள். யாரெல்லாம் அப்படி நினைத்தார்கள்? அவர்கள் போக மற்றவர்கள்? அவர்களில் பலர் கையில் இருப்பதை விற்கக் கூடாது என்று முடிவு செய்திருந்தார்கள். வேறு பலரோ மேலும் வாங்கவேண்டும் என்று தீர்மானித்திருந்தார்கள். கவிழாத அரசு; சீர்திருத்தத்தில் நம்பிக்கையுள்ள அரசு மன்மோகன் சிங் தலைமையில் அமைகிறது என்பதால் மார்க்கெட் சென்டிமெண்ட் மொத்தத்தில் படு 'புல்லிஷ்' ஆகிவிட்டது. இந்த நிலையில்தான் 18 மே அன்று பங்கு வர்த்தகம் தொடங்கியது.

'எடுத்தது கண்டனர், இற்றது கேட்டனர்' என்று கம்பர் பாடுவார். ராமர் வில்லை எடுத்ததுதான் தெரியும். அதை முறித்த ஓசை உடனடியாகக் கேட்டது என்பது அதன் பொருள். அது போலத் தான் 18 மே அன்று பங்கு வர்த்தகத்தில் நடந்தது.

'தொடங்கியது கண்டனர், முடிந்தது கேட்டனர்' என்பதுபோல காலை 9.55க்கு வர்த்தகம் தொடங்கிய ஒரு சில வினாடிகளில் சர்க்கியூட் பிரேக்கர்! வர்த்தகம் நின்றுபோனது. காரணம், 14.5 சதவிகித உயர்வு.

மொத்த பங்குச் சந்தை குறியீட்டு எண்தான் 14.5% உயர்வே தவிர, தனித்தனிப் பங்குகள் என்று பார்த்தால், பலவற்றின் விலைகள் 20%க்குமேல் உயர்ந்திருந்தன. (ரிலையன்ஸ் 20.5%, ஐ.சி.ஐ.சி.ஐ

வங்கி 25.9%, DLF 25.4%.) ஆனாலும் எவராலும் வாங்க முடிய வில்லை. எவராலும் விற்க முடியவில்லை.

'சூடு அதிகமிருக்கிறது. சற்று ஆறப்போடலாம்' என்று வர்த்தகத்தை 2 மணி நேரம் நிறுத்திவிட்டு, 11.55-க்கு மீண்டும் தொடங்கினால், அடக் கடவுளே... மீண்டும் ஒரு மின்னல்... மீண்டும் சர்க்கியூட் பிரேக்கர்.

ஷார்ட் அடித்திருந்தவர்கள் அதிர்ச்சி அடைந்தார்கள். கவர் செய்ய முடியாத நிலையில், நட்டத்தின் அளவு எங்கே போய் நிற்குமோ என்று அனுமானிக்க முடியாதது ஒருபுறம், நட்டத்துக்கு F&O-வில் 'எம் டு எம்' பணம் கொடுக்கவேண்டியது ஒருபுறம், பங்குச் சந்தைகளின் அதிரடி நடவடிக்கைகளால், மார்ஜின் தொகைகள் உயர்த்தப்பட்டு அதற்காகக் கட்ட வேண்டிய தொகைகள் மற்றொருபுறம். ஆடிப்போய்விட்டார்கள்.

தேர்தலுக்குப்பின் பங்கு விலைகள் விழும் என ஊகித்து விற்று வைத்ததற்கு இவ்வளவு பெரிய தண்டனையா? பிரச்னை அதோடு முடியவில்லை. அடுத்த நாளும் பத்து சதவிகிதத்துக்கும் மேல் உயர்வு.

கடற்கரை நன்றாகத்தான் இருக்கும். காற்று வாங்கலாம், இறங்கிக் குளிக்கவும் செய்யலாம். படகேறிப் போய் கடலில் மீன் பிடிக்கலாம். சில சமயங்களில் அலைகள் ஆக்ரோஷமாகும். வேறு சில சமயங்களில் ஆளுயர அலைகள் அடிக்கும். ஆனால் எப்போதாவது சுனாமி வரலாம். சுருட்டிக்கொண்டு போய் விடலாம்.

சத்யம் நிறுவனப் பங்கில் நிகழ்ந்தது, தனிப்பட்ட பங்குக்கு நடந்த சுனாமி என்றால், தேர்தல் முடிவுக்குப்பின் நிகழ்ந்தது ஒட்டுமொத்தப் பங்குச் சந்தைக்கும் நிகழ்ந்த சுனாமி. பாதிக்கப் பட்டவர்கள் மிக அதிகம்.

செய்தி என்ன? ஊகபேரம் வேண்டாம். எந்தக் குதிரை ஜெயிக்கும் என்கிற பெட் தேவையில்லை. பந்தயப் பணம் மொத்தமாகப் போய்விடும்.

மார்க் ட்வெயினின் வார்த்தைகளில் சொல்லுவதென்றால், ஒருவர் தன் வாழ்க்கையில் இரண்டு நேரங்களில் ஸ்பெக்கு லேஷனில் இறங்கக் கூடாது. ஒன்று அவரிடம் பணம்

இல்லாதபோது. இரண்டாவது, அவரிடம் பணம் இருக்கும் போது.

டிரேடிங் எப்படி வித்தியாசப்படுகிறது?

'விலை ஏறும் என்று ஊகித்துதானே டிரேடிங்கிலும் வாங்கவேண்டும்? அல்லது இறங்கும் என்று ஊகித்துதானே விற்கவேண்டும்? அப்படியென்றால் இதுவும் ஊகபேரம் போன்றதுதானே?'

இதுதானே உங்கள் கேள்வி? இல்லை. இங்கே ஊகம் இல்லை. கணிப்பு.

'ஊகத்துக்கும் கணிப்புக்கும் வேறுபாடு உண்டா என்ன?' என்று அடுத்த கேள்வி எழலாம்.

ஊகம் என்பது எதிர்பார்ப்புகளின் அடிப்படையிலானது. மாணவன் ஒருவன் தேர்வு எழுதிவிட்டு வருகிறான்.

'என்னப்பா? எவ்வளவு மார்க் வரும்?' என்கிறீர்கள்.

'தொண்ணூறு எதிர்பார்க்கிறேன்.'

'அப்படியா? எதனால் அவ்வளவு எதிர்பார்க்கிறாய்?'

'பேப்பர் சுலபம். தவிர, திருத்தும் ஆசிரியர் நன்றாக மார்க் போடுபவர்.'

பையன் செய்வது ஊகம்.

வேறு ஒரு மாணவனை இதே கேள்வியைக் கேட்கிறீர்கள். அவன் 'எண்பத்து ஐந்து வரும் என்று நினைக்கிறேன்' என்று சொல்லிவிட்டு கேள்வித் தாளைக் காட்டுகிறான். அதில் ஒவ்வொரு கேள்விக்கு எதிரிலும் தான் எவ்வளவு மதிப்பெண் பெறுவோம் என்று அவன் குறித்து வைத்திருக்கிறான். தான் எப்படி எழுதியிருக்கிறோம் என்பதை தேர்வு முடிந்து வந்தபிறகு, சரியான விடைகளுடன் ஒப்பிட்டுப் பார்த்துவிட்டு அவன் இப்படிச் சொல்லியிருக்கிறான்.

இதுதான் கணிப்பு. கணிப்புக்குத் தேவை சரியான தகவல்கள். தவிர தகவல்களைப் பயன்படுத்தி விளைவுகளைக் கணக்கிடும் முறை. அதுவும், ஏற்கெனவே பலமுறை சோதிக்கப்பட்டு வெற்றிகண்ட முறை.

கணிப்பு தவறவே முடியாதா என்றால், தவறக்கூடும் என்றுதான் சொல்ல வேண்டும். ஆனால் கணிப்புகள் தவறாகும் எண்ணிக்கையும் அளவும் ஊகத்தின்போது நிகழ்வதைவிடக் குறைவாகவே இருக்கும்.

எதன் அடிப்படையில் டிரேடிங்?

டிரேடிங் செய்ய முடிவுசெய்தால், கண்டிப்பாக 'டெக்னிக்கல் அனாலிசிஸ்' முறையில் மட்டுமே செய்ய வேண்டும். இன்வெஸ்ட்மெண்ட் முறையில் பொறுத்திருக்கக் கூடிய 'காலம்' என்பது சற்று நீண்டது.

ஆனால் டிரேடிங் என்பது குறிப்பிட்ட, அதுவும் குறுகிய கால அளவுக்குள் நிகழக்கூடிய ஒன்று.

டெக்னிக்கல் அனாலிசிஸ் உதவியில்லாமல் செய்யும் டிரேடிங் எல்லாம் குருட்டாம்போக்கில் செய்வது. கிரிக்கெட் விளை யாடும்போது ஆரம்ப ஆட்டக்காரர்கள், வருகிற பந்துகளை எல்லாம் அடிக்க முடியும் என்பதுபோல மட்டையை வீசு வார்கள். ஓங்கி ஓங்கி வீசுவார்கள். அவர்களால் பந்தை அடிக்க முடியுமா, ஓட்டங்கள் கிடைக்குமா என்று கேட்டால் 'பட்டால் பாக்கியம்' என்று பதில் வரும். மட்டை பந்தில் பட்டால், பந்து பறக்கும். ஆனால் படாமலும் போகலாம்.

ஆனால் டெக்னிக்கல் அனாலிசிஸ் என்பது பந்து வரும் வேகம், பிட்ச் செய்யப்படும் இடம், சுழலும் விதம், பீல்டர்ஸ் நிற்கும் இடங்கள் என்பதையெல்லாம் தெரிந்து, மட்டை பிடிக்கப் பழகிய சச்சின் டெண்டுல்கர் ஆடுவதுபோல. இப்படி வந்தால் இப்படி அடித்தால், இப்படிப் போகும் என்பது கிரிக்கெட் 'காப்பி புக்' விஷயம். பங்கு விலைகள் இவ்வளவு நகர்ந்தால், மேற் கொண்டு அப்படி நகரும் என்று கணிப்பதுதான் டெக்னிக்கல் அனாலிசிஸ்.

தெருவில் காரில் போகிறோம். நமக்கு முன் சில வண்டிகள். நமக்குப் பக்கவாட்டிலும் சில வண்டிகள். பின்னாலும் சில வண்டிகள். சாலை நீள்கிறது. இடையில் வலது, இடது பக்கங் களில் பிரிகிறது. சிக்னல்களும் இருக்கின்றன. தாங்கள் திரும்ப வேண்டிய பக்கங்களில் சிலர் திரும்பி ஓட்டுகிறார்கள். வேறு சிலர் நேராகப் போகிறார்கள். எவரும் எவர்மீதும் இடித்து விடாமல் எல்லாம் சரியாகவே நடப்பது எதனால்?

வண்டிகளை ஓட்டுபவர்கள் போடும் இண்டிகேட்டர்கள் மற்றும் அவர்கள் காட்டும் சமிக்ஞைகளால்தானே! எதிரில் வரும் வண்டி எந்தப் பக்கம் திரும்பும் என்று சரியாகத் தெரிந்தால்தானே மோதி விடாமல் ஓட்டலாம்? டெக்னிக்கல் அனாலிசிஸ் உதவியுடன் டிரேடிங் செய்வது, இண்டிகேட்டர்கள் பார்த்து வண்டி ஓட்டுவதுபோல. தன் சொந்த எதிர்பார்ப்புகளின் ஊகங்களில் டிரேடிங் செய்வது, மைதானத்தில் பலர் இண்டிகேட்டர்கள் போடாமல் குறுக்கும் நெடுக்குமாக வண்டி ஓட்டுவதற்கு இடையில் நாம் வண்டி ஓட்டுவதைப் போல. மோதலாம். மோதாமலும் சாமர்த்தியமாக ஓட்டலாம். 'பட்டால் பாக்கியம்' நிலைதான்.

எவற்றின் அடிப்படையில் டெக்னிக்கல் அனாலிசிஸ்?

'அள்ள அள்ளப் பணம் 2'ல் இதுபற்றிய விவரம் இருக்கிறது. இருந்தாலும் இங்கே இதன் அடிப்படைகளை சிறிது பார்ப்போம்.

நடக்கப்போவதை முன்கூட்டியே கணிக்க முடியும். எந்தத் திசையில் விலைகள் நகர்கின்றன; எந்த அளவில்/எண்ணிக்கையில் வியாபாரம் நடக்கிறது என்ற தகவல்கள், நடக்கப் போவதைக் கணிக்க உதவுகின்றன.

சந்தையில் இயங்கும் மக்களின் எண்ணிக்கை மிகப் பெரியதாக இருந்தாலும், அவர்கள் எவரும் அவர்களுக்குள் கலந்து பேசிக் கொள்ளாவிட்டாலும், அவர்களுடைய செயல்களில் ஒற்றுமை இருக்கிறது. அந்தச் செயல்களை, விலைகள் மற்றும் எண்ணிக்கைகளை வைத்து முன்கூட்டியே கணிக்க முடியும்.

விலை உயர்வுகளோ, இறக்கங்களோ குறிப்பிட்ட பாதைகளிலேயே நடக்கிறது. அதில் கணிக்கக் கூடிய விதங்கள் (பேட்டர்ன்ஸ்) உண்டு.

ஒரு பங்கு விலை அல்லது குறியீட்டின் அளவு என்பது, அதன் வரலாறைப் பொருத்து, குறிப்பிட்டவிதமாகவே உயரும், விழும் என்று நடந்தவற்றை வைத்து, நடக்கப் போவதைச் சொல்லிவிட முடியும். எது நிகழ்ந்தால், மேலும் என்ன நிகழும் என்றும் சொல்ல முடியும்.

ஒரு வீடியோ கேமைக் கற்பனை செய்துகொள்ளுங்கள்.

ஒரு கோட்டை. அதற்குள் நுழைவதற்கு ஒருவன் முயற்சி செய் கிறான். கோட்டைக்குள் போகும் பாதை நேர் பாதையாக இல்லை. (எப்படி அப்படிச் சுலபமாக அமைப்பார்கள்!) பத்திரிகைகளில் புதிர்கள் வருமே, அப்படிப்பட்ட பாதையாக வளைந்து நெளிந்து இருக்கிறது. ஒரு பாதையைத் தேர்வு செய்து அதில் ஓடினால் அதுபோய் முட்டுச் சந்தில் முடிகிறது. திரும்பி வந்து வேறு பாதையில் ஓடினால் அதன் முடிவில் பெரிய சுவர் இருக்கிறது. சுவர் உயரமாக இருக்கிறது. மற்றொரு வளைவில் ஒரு பெரிய கதவு. அதைத் திறந்தால்தான் மேலே போகலாம். மற்றொன்று உயரத்தில் ஏறவேண்டிய மதிலாக இருக்கிறது.

உள்ளே ஓடுகிற நபர்தான் பங்கு விலை. அவர் எவ்வளவு தூரம் மேலே போகலாம்? ஏற்கெனவே முடிவாகியிருக்கிற பாதை வழியாகத்தான் அவர் போயாக வேண்டும். வேகமாக ஓடும் அதன் ஓட்டம் எப்போது நிற்கும்? ஒரு தடையை, முட்டு சந்தை, உயரமான சுவரைச் சந்திக்கிறபோது. அப்படிப்பட்ட முட்டுச் சந்தைத்தான் பங்கு விலைகளில் ரெசிஸ்டென்ஸ் (தடை) என்கி றார்கள். எவ்வளவு வேகமாக ஓடினாலும் அதைத் தாண்டியாக வேண்டும். அதைத் தாண்டிவிட்டால்? மேலும் கொஞ்ச தூரம் ஓடலாம். அப்படி எவ்வளவு தூரம் ஓடலாம்? அடுத்த தடை வரும் வரை ஓடலாம். அதனை R2 (ரெசிஸ்டென்ஸ் 2) என்கிறார்கள்.

அதனைத் தாண்ட முடியாவிட்டால் அது (விலை) அங்கேயே சற்று நேரம் (சில நாள்கள், வாரங்கள், மாதங்கள்கூட) அங்கேயே தங்கி விடலாம். இதனை Sideways Movement என்கிறார்கள். கன்ஜெஷன் என்றும் குறிப்பிடுவது உண்டு.

சமயத்தில் உயரமான தடையைத் தாண்ட நினைத்து, முயற்சி செய்து, தோல்வியுற்று, கீழே விழலாம். குறிப்பிட்ட அளவைத் தாண்ட முடியாத நிலையில் விலைகள் கீழே இறங்குவது அதன் காரணமாகத்தான்.

இண்டிகேட்டர்கள்

டிரேடிங்குக்கு அடிப்படை டெக்னிக்கல் அனாலிசிஸ். டெக்னிக் கல் அனாலிசிஸின் முக்கியக் கருவிகளில் ஒன்று இண்டி கேட்டர்கள்.

சிவப்பு, ஆரஞ்சு, பச்சை விளக்குகள் போன்றவை, சிக்னலில் காத்திருப்பவர்கள் என்ன செய்யவேண்டும் என்று தெளிவாகச்

சொல்லுபவை. முச்சந்திகளில் உள்ள இந்தப் போக்குவரத்து சிக்னல்கள் போல, பங்குச் சந்தைகளிலும் இண்டிகேட்டர்கள் உண்டு.

இண்டிகேட்டர்கள் சிலவற்றைப் பற்றி அள்ள அள்ளப் பணம் 2-ல் பார்த்திருக்கிறோம். RSI, போலிங்கர் பேண்ட், மூவீங் ஆவரேஜ் போன்ற சில இண்டிகேட்டர்கள் பற்றி விவரமாகப் பார்த்திருக்கிறோம். அவையெல்லாம் ஒரு குறிப்பிட்ட வகையைச் சேர்ந்தவை. அவற்றுக்குப் பெயர் லாகிங் (Lagging) இண்டிகேட்டர்கள்.

லாகிங் என்றால் 'பின்தங்கியுள்ள' என்று பொருள் கொள்ள லாம். ஒரு நிகழ்வு நடந்தபின் சில தகவல்களைத் தெரிவிப்பவை என்று அர்த்தப்படுத்திக் கொள்ளலாம். அடுப்புக்கு வெளியே பால் சிந்திக் கிடந்தால், பாத்திரத்தில் வைத்த பால் அளவும் குறைந்திருந்தால், அடுப்பும் அணைந்திருந்தால், என்ன பொருள்? அது எதன் அடையாளம்?

பால் பொங்கி, கீழே கொட்டி, நெருப்பை அணைத்துள்ளது என்பதற்கான அடையாளங்கள் இவை. அடையாளங்களைக் காட்டுவதால் இண்டிகேட்டர்கள். முடிந்தபின் சொல்லுவதால் லாகிங்.

இந்த வகை சமிக்ஞைகளால் பலன் உண்டா என்றால், கண்டிப் பாக உண்டுதான். ஒரு குறிப்பிட்ட நிகழ்வுக்குப்பிறகு, வேறு சில நிகழ்வுகள் நடக்கும். அதற்காகத்தான் அந்த சமிக்ஞைகளைப் பார்க்கிறோம். RSI குறிப்பிட்ட அளவுக்குக்கீழ் வந்துவிட்டால் ஓவர்சோல்ட் (Oversold) காரணமாக அந்தப் பங்கின் விலை உயர்ந்தே ஆகவேண்டும். RSI குறிப்பிட்ட அளவுக்குமேல் போய்விட்டால், ஓவர்பாட் (Overbought) காரணமாக விலை இறங்கித்தான் ஆகவேண்டும். இந்த சமிக்ஞைகளைப் பயன் படுத்தி ஒருவர் பங்குகளை வாங்கலாம், விற்கலாம். லாபம் அடையலாம்.

அதேபோலத்தான் போலிங்கர் பேண்ட்களும். எந்தத் திசையில் இருந்து (கீழிருந்து மேலா, மேலிருந்து கீழா) வெட்டுகிறது என்பதைப் பொருத்து பங்குகளின் விலை உயரும் அல்லது வீழும். இவற்றைப் பயன்படுத்தியும் பங்குகளை வாங்கலாம், விற்கலாம்.

லாகிங் இண்டிகேட்டர்கள் கண்டிப்பாகப் பயனுள்ளவை. அந்தத் தகவல் கிடைத்தபின், நாம் நடவடிக்கை எடுக்கச் சற்று அவகாசம் கிடைக்கும். சிறிது தாமதித்தாலும் பரவாயில்லை. பெரிய இழப்புகள் வந்துவிடாது. அதனால் அவற்றை நன்கு அலசி ஆராய்ந்து, தேர்வு செய்த பங்குகளை எப்போது வாங்குவது என்கிற நேரத் தேர்வுகளுக்குப் பயன்படுத்தலாம். அவை காட்டும் சமிக்ஞைகளால் வரும் நிலைமையில் ஏற்படும் மாற்றம் (விலை உயரும் அல்லது விழும் போன்றவை) உடனடி யாக ஏற்பட்டுவிடாது. ஆக இன்வெஸ்ட்மெண்ட் விஷயத்துக்கு அவை நன்கு உபயோகப்படும்.

ஆனால் டிரேடிங் என்பது வேறுமாதிரியான விளையாட்டு. கிரிக்கெட்டில் ஐந்து நாள்கள் ஆடும் டெஸ்ட் பந்தயம் வேறு, அரை நாளில் முடிந்து விடும் 20-20 கிரிக்கெட் வேறு. இரண்டுக் கும் தேவைப்படும் மனோபாவம், திறன்கள், அணுகுமுறை எல்லாமே வித்தியாசமானவை.

இன்வெஸ்ட்மெண்ட் என்பது நிதானமாக ஆடக்கூடிய டெஸ்ட் கிரிக்கெட் ஆட்டம் போன்றது. டிரேடிங் என்பது 20-20 கூட இல்லை! 5-5 ஓவர் கிரிக்கெட் பந்தயம் போல (யார் கண்டார்கள், 2015 வாக்கில் 5-5 கூட வந்துவிடுமோ என்னவோ!) இங்கே கரணம் தப்பினால் மரணம்தான். ஆனாலும், ஒவ்வொரு செயலும் கரணமாகவே இருக்கவேண்டும்! தப்பவே கூடாது. ஆக, டிரேடிங்குக்குத் தேவை வேறுவிதமான சமிக்ஞைகள். அவை வந்தபின் சொல்பவையாக இருக்கக்கூடாது. வருமுன் சொல்பவையாக இருக்கவேண்டும். அப்படிப்பட்ட இண்டி கேட்டர்களும் உண்டு. அவற்றின் பெயர் லீடிங் (leading) இண்டிகேட்டர்ஸ்.

வானம் கருத்தால், தவளை கத்தினால் மழை வரும் என்று கிராமத்துப் பெரியவர்கள் சொல்வது போல, இது நடந்தால், அது நடக்கும் என்று பங்கு விலைகளின் நகர்தல்களைப் பார்த்ததும் முன்கூட்டியே சொல்லிவிட முடியும்.

லீடிங் இண்டிகேட்டர்ஸூம் காலத்தால் பரிசோதிக்கப் பட்டவை. நிச்சயமானவை. அவை ஹேஷ்யங்கள் அல்ல. கணக்கு போன்றவை. 16 x 16= 256 என்றால் 256-தான். இனி உயரும் என்றால் உயரும். விழும் என்றால் விழும்.

லீடிங் இண்டிகேட்டர்ஸ்

எல்லாம் நன்றாக இருப்பது போல இருக்கிறது. விலைகள் தொடர்ந்து உயருகின்றன. அதற்குமேல் என்ன ஆகும்? நாமாக இதைப்பற்றி யோசித்தாலோ அல்லது நம்மைப் போலவே யோசிப்பவர்களிடம் கேட்டாலோ என்ன சொல்வார்கள்? 'அதுதான் ஏற்கெனவே நன்றாகவே விலை உயர்ந்துவிட்டதே! இனி என்ன? வீழ்ச்சிதான்' என்று சொல்வார்கள்.

அதேபோல விலை குறைந்து கொண்டேபோக, 'இனி எல்லாம் போச்சு. மேலும் கீழே, பாதாளத்துக்கே போய் விடும்' என்பார்கள்.

ஆனால், வேறு சிலர் டிரண்ட் எப்போது மாறும் என்பதைச் சரியாகப் பார்த்துச் சொல்வார்கள். அவர்கள் பார்ப்பவை, டிரண்ட் ரிவர்சல்களைச் சரியாக முன்கூட்டியே சுட்டிக்காட்டும் சில லீடிங் இண்டிகேட்டர்களைத்தான்.

ஜப்பானியர்கள் கண்டுபிடித்த கேண்டில் ஸ்டிக்கில், டோஜி (Doji) என்று ஒரு இண்டிகேட்டர். ஹேமர் என்று ஒன்று, ஹேங் கிங்மேன், என்கல்பிங் பேட்டர்ன் என்றெல்லாம் சமிக்ஞைகள் உள்ளன.

இவை போக, டபுள் டாப், டிரிபிள் டாப், ஹெட் & ஷோல்டர், கப் & ஹேண்டில் என்றெல்லாம் சில இண்டிகேட்டர்கள் உள்ளன. அவற்றையெல்லாம் பின்னால் விரிவாகப் பார்க்கப் போகிறோம். இப்போதைக்கு, அப்படிச் சில உள்ளன என்பதையும் அவை டிரேடிங்குக்கு அவசியம் என்பதையும் தெரிந்துகொண்டால் போதும்.

உணர்வுகளை விலக்குவது

பொருளாதார நிலைமைகளை ஆராய்ந்து, நாட்டில் நிலைமை எப்படியுள்ளது, அரசின் கொள்கைகள், ஒரு நிறுவனத்தின் நிர்வாகம், அதன் உற்பத்திப் பொருள்கள், அதற்கு சந்தையில் நிலவும் போட்டி போன்றவற்றை அலசலாம். ஃபண்டமெண்டல் அனாலிசிஸ் முறையைப் பின்பற்றி, அந்த நிறுவனத்தின் ஒவ்வொரு பங்கும் ஈட்டும் தொகை (ஏர்னிங் பெர் ஷேர்), அந்தப் பங்கின் விலை, பங்கின் விலைக்கும் அதன் வருமானத்துக்குமான விகிதம் (பிரைஸ் ஏர்னிங் ரேஷியோ), அதைப்போன்ற பிற

நிறுவனங்களின் விலை-வருமான விகிதம் போன்றவற்றையும் ஆராயலாம். அதன் பின் ஒரு பங்கை வாங்கலாமா, வேண்டாமா என்று முடிவு செய்யலாம். இது சரியான அணுகுமுறைதான். ஆனால் பங்குகள் கிடைப்பது பங்குச்சந்தையில். அங்கே தினசரியே விலைகள் மாறுகின்றன. மாற்றுபவர்கள் மக்கள். அவர்கள் அறிவுபூர்வமாக மட்டுமே பங்குகளை அணுகினால், முடிவுகள் எடுத்தால், மேலே பார்த்த அலசல்கள் மட்டும் போதும்.

ஆனால் மக்கள் முடிவெடுப்பது அறிவால் அல்ல. இதயத்தால். எனக்கு நல்ல லாபம் வேண்டும் என்றும் எனக்கு நட்டமே வரக்கூடாது என்றும் இதயம் துடிக்கிறது. சந்தை முழுக்கவே இதே லப்டப்தான். இரைச்சலாக.

அதனால் அவர்கள் இயங்குவது பதற்றத்தில். செய்வதெல்லாம் பரபரப்பாக. விலை உயர்ந்தபின்பும் துரத்தித் துரத்தி அதிக விலைக்கு வாங்குவார்கள். விலை கடுமையாக இறங்கிய பின்பும் தேவையே இல்லை என்று விற்பார்கள். பெரும் பாலானவர்கள் இயங்குவது உணர்வு வேகத்தில்.

அவர்களைச் சொல்கிறோமே, நாம் எப்படி? நாமும் மனிதர்கள் தானே! நம்மிடமும் அதே உணர்வுகள்தாம் தலைதூக்கும். ஆனால், உணர்வு நம்மை ஆட்சிசெய்ய விடாமல் அறிவுக்கு இடம்கொடுக்க வேண்டும். இங்கு அறிவு என்பது டெக்னிக்கல் அனாலிசிஸ் அடிப்படையில் நமக்குக் கிடைக்கும் தகவல்கள். நாம் ஏன் டெக்னிக்கல் அனலிஸ்டுகள் சொல்வதைக் கேட்க வேண்டும்?

மருத்துவர்கள் சொல்வார்களே... நான் என் நெருங்கிய உற வினர்களுக்கு (மகன், மகள், மனைவி, கணவன் போல) அறுவை சிகிச்சை செய்ய முடியாது என்று. அப்படி. நம் பணம் என்கிற உணர்வு தலை தூக்கவே செய்யும். அதனால் மருத்துவர்கள், வேறு மருத்துவர்களைக் கொண்டு அறுவை சிகிச்சை செய்யச் சொல்வதுபோல, நாமும் விற்பது, வாங்குவது போன்ற முடிவு களை உணர்ச்சிகள் அற்ற இயந்திரங்களிடம் கொடுத்துவிட வேண்டும்.

'அம்மா, நாளைக்கு சீக்கிரம் எழுப்பி விடு' என்று சொல்லிவிட்டு மகன் படுக்கப் போகிறான். இரவு 2 மணிக்குத்தான் படுக்கிறான். மறுநாள் அவன் அம்மா அவனை சீக்கிரம் எழுப்பவில்லை.

கேட்டால், 'நீ தாமதமாகத்தானே படுத்தாய். பாவம் என்று தான்...' என்று இழுக்கிறார்கள். பாசம். உணர்வு செய்த வேலை.

அதே தேவையை அவன் கடிகாரத்திடம் தெரிவித்திருந்தால், அலாரம் வைத்திருந்தால், அது அவன் பணித்த நேரத்துக்கு டாண் என்று அலறியிருக்கும். வைத்த நேரத்துக்கு அரை மணி நேரம் முன்பு படுத்திருந்தால்கூட. இயந்திரங்களுக்கு விருப்பு வெறுப்பு கிடையாது. உள்ளதை உள்ளபடிச் சொல்லும். செய்யவேண்டியதை புரோகிராம் செய்தபடிச் செய்யும்.

டெக்னிக்கல் அனாலிசிஸின் லீடிங் இண்டிகேட்டர்கள் அப்படித் தான். அலாரம் அடிக்கும். அலாரம் அடிக்கும். நடப்பதையும் செய்ய வேண்டியதையும் காட்டும். செய்ய வேண்டியது நம் பொறுப்பு. கடிகாரத்தைத் தலையில் தட்டி தூங்கவைப்பது, அலாரத்தை மீண்டும் வேறு மணிக்கு மாற்றுவது என்றெல்லாம் நாம் செய்தால், அதற்கு, கடிகாரம் பொறுப்பல்ல.

ஆக, டெக்னிக்கல் அனாலிசிஸைப் பயன்படுத்தி வெற்றிகரமாக டிரேடிங் செய்யலாம். சரி. பங்குகளில் மட்டும்தானா அல்லது வேறு வாய்ப்புகளும் உண்டா?

2. எவற்றில் டிரேடிங்?

உலகத்தில் விற்பனைக்குக் கிடைக்காத பொருள்கள் குறைவு. அறிவு, உழைப்பு போன்ற கண்ணுக்குப் புலப்படாதவை முதல் மலைகள், தீவுகள், நிலாவில் இடம் என்பதுவரை எல்லாமே விலைக்குக் கிடைக்கின்றன.

அப்படி எவ்வளவோ இருந்தாலும் பங்குச் சந்தை தொடர்பானவற்றில் எவற்றையெல்லாம் வாங்கி விற்று, விற்று வாங்கி லாபம் பார்க்க முடியும் என்பதை மட்டுமாவது முழுவதும் தெரிந்து கொண்டுவிடலாமே?

தேசியப் பங்குச் சந்தையில் ஆயிரத்து எழுநூற்றி சொச்சம் பங்குகள் பட்டியல் இடப்பட்டிருக்கின்றன. மும்பை பங்குச் சந்தையில் நான்காயிரத்து சொச்சம். இவற்றுக்கு பெயர் கேஷ் மார்க்கெட். பங்குகளின் மார்க்கெட் லாட் ஒன்றுதான். ஆக எத்தனை வேண்டுமானாலும் வாங்கலாம், விற்கலாம்.

டிரேடிங்குக்கு ஏற்ற மற்றொரு பொருள் ஃபியூச்சர்ஸ். தேசியப் பங்குச் சந்தையில் 187 பங்குகள் (2009 நவம்பர்) ஃபியூச்சர்ஸ் பகுதியில்

உள்ளன. இவற்றை வாங்கலாம், விற்கலாம். கேஷ் மார்க்கெட்டில் உள்ளதுபோல் அன்றி இங்கே மார்க்கெட் லாட் பங்குக்குப் பங்கு மாறுபடும். ஒவ்வொரு பங்குக்கும் அதன் விலைகள் அடிப்படையில் வெவ்வேறு மார்க்கெட் லாட்டுகளை முடிவு செய்திருக்கிறார்கள். அந்த அளவுகளில் தான் அவற்றை ஃபியூச்சர்ஸ் மார்க்கெட்டில் வாங்க, விற்க முடியும்.

மேலும், வாங்குவதற்கும் விற்பதற்கும் முன்னதாகவே, முன் பணம் (மார்ஜின் மணி) கட்டவேண்டும். தவிர அன்றன்றைக்கு முடிவுறும் விலைகளைப் பொருத்து தினசரியே (விலையிறங்கினால்/கூடினால்) 'எம் டு எம்' கட்டவேண்டும். வாங்கியவற்றையும் விற்றவற்றையும் எந்த மாத காண்டிராக்டில் வாங்கினோமோ/விற்றோமோ, அந்த மாதத்துக்குள் நேர் செய்து கொள்ள வேண்டும்.

நேர் செய்து கொள்ள வேண்டிய கடைசி நாள், அந்தந்த மாதங்களின் இறுதி வியாழக்கிழமைகள். (மும்பை பங்குச் சந்தையில் வேறு நாளுக்கு மாற்றப்போகிறார்களாம்.)

பங்குகளின் ஃபியூச்சர்ஸ்களை வாங்குவது போலவே, அனுமதிக்கப்பட்ட பங்குகளின் ஆப்ஷன்களையும் வாங்கலாம், விற்கலாம். மார்க்கெட் லாட், எக்ஸ்பயரி டேட் (கணக்கு முடித்துக் கொள்ள வேண்டிய இறுதிநாள்) போன்றவை எல்லாம் ஃபியூச்சர்ஸில் குறிப்பிட்ட மாதிரிதான் ஆப்ஷனுக்கும்.

பியூச்சர்ஸ்போல ஆப்ஷன்கள் எல்லா விலைகளிலும் கிடைக்காது. குறிப்பிட்ட ஸ்டிரைக் பிரைஸ்களில் மட்டுமே கிடைக்கும். அதில் விலை ஏற்ற இறக்கங்கள் உண்டு.

ஆப்ஷன்களில், ஃபியூச்சர்ஸ் போலன்றி, இரண்டு வகைகள் உண்டு. கால் ஆப்ஷன் மற்றும் புட் ஆப்ஷன். இந்த இரண்டில் எதனையும் வாங்கலாம், விற்று வைக்கவும் செய்யலாம். உதாரணத்துக்கு, ஒரு இன்போசிஸ் பங்கின் ஆப்ஷன்களே ஒரு நேரத்தில் பல இருக்கும்.

16-11-09 அன்று இன்போசிஸ் ஆப்ஷன்கள் விற்பனைக்கு இருந்தவை வருமாறு.

இன்போசிஸ் மார்க்கெட் லாட் = 150

கால் ஆப்ஷன்கள்			புட் ஆப்ஷன்கள்		
ஸ்டிரைக் பிரைஸ்	பையர் ரூ.	செல்லர் ரூ.	ஸ்டிரைக் பிரைஸ்	பையர் ரூ.	செல்லர் ரூ.
2040	259	376	2040	-	-
2070	229	346	2070	0.50	4.00
2100	201	302	2100	3.25	6.00
2130			2130	1.15	-
2160					
2190					
2220	95	160	2220	8.50	13.25

தேசியப் பங்குச் சந்தையின் குறியீட்டு எண் CNX நிப்டியையும் ஃபியூச்சர்ஸில் வாங்கலாம், விற்கலாம். ஃபியூச்சர்ஸில் உள்ள ஒரு பங்கு போலவேதான் நிப்டியை வாங்குவதும் விற்பதும். மார்க்கெட் லாட் (நவம்பர் 2009) 50. மார்ஜின் பணம் ரூ. 17,600 (நவம்பர் 2009)

நிப்டியைப் போன்றே, மினி நிப்டி என்ற ஒன்றும் உள்ளது. மார்க்கெட் லாட் 50-க்கு பதில் 20 என்பது மட்டுமே வேறுபாடு. மற்றதெல்லாம் நிப்டியைப் போலவே. மார்ஜின் பணம் ரூ. 9,600 (நவம்பர் 2009).

தேசியப் பங்குச் சந்தையில் வர்த்தகம் நடக்கும் மற்றொரு குறியீட்டு எண் பேங்க் நிப்டி. CNX நிப்டியை ஃபியூச்சர்ஸில் வாங்குவது விற்பது போலவே இதனையும் வாங்கி விற்கலாம் / விற்று வாங்கலாம். பேங்க் நிப்டியின் மார்க்கெட் லாட் 100. மார்ஜின் பணம் ரூ. 36,000 (நவம்பர் 2009).

பேங்க் நிப்டி போலவே, தகவல் தொழில்நுட்பப் பங்குகளின் குறியீட்டு எண் ஆன IT நிப்டியும் வர்த்தகத்துக்குக் கிடைக்கிறது. மார்க்கெட் லாட் 100, மார்ஜின் பணம் ரூ. 38,000 (நவம்பர் 2009).

இதில் உள்ள மார்ஜின் பணங்கள் எல்லாம், குறியீட்டு எண் உயர்தல் இறங்குதலைப் பொருத்து, மாறிக்கொண்டே

இருக்கும். மேலே பார்த்தவை எல்லாம் குறிப்பிட்ட தினத்துக் கானவை.

மும்பை பங்குச் சந்தை குறியீட்டு எண் ஆன சென்செக்ஸினை மும்பை பங்குச் சந்தையில் வாங்கலாம், விற்கலாம்.

தங்கத்தையும், கோல்டு ETF-களிடம் இருந்து வாங்கலாம், விற்கலாம். டெலிவரி எடுக்க வேண்டாம். டிமேட் கணக்கில் சேமித்துக்கொள்ளலாம். மார்க்கெட் லாட் ஒரு கிராம். மார்ஜின் 12.5%. தேசியப் பங்குச் சந்தையில், கோல்ட் பீஸ், கோல்டு ஷேர், கோடக் கோல்ட், ரிலையன்ஸ் கோல்ட், குவாண்டம் கோல்ட் மற்றும் SBI கோல்ட் என்று மொத்தம் ஆறு கோல்ட் 'பீஸ்'கள் உள்ளன. பரஸ்பர நிதிகளின் யூனிட்டுகள் போலத்தான் இவையும்.

நிப்டி என்பது குறியீட்டு எண். அந்தக் குறியீட்டு எண்ணில், ஐம்பது முன்னணிப் பங்குகள் இருக்கின்றன. அவற்றின் விலை மாற்றங்கள் நிப்டியில் பிரதிபலிக்கின்றன. நிப்டியை ஃபியூச்சர்ஸில் வாங்கினால், அதில் ஏற்படும் விலை மாற்றங்களால் மட்டுமே லாபமும் நஷ்டமும் வரும். கேஷுக்கு வாங்கும் பங்கு களைப்போல டிவிடெண்ட், போனஸ் பங்குகள் போன்றவை கிடைக்காது.

அவையும் வேண்டும் என்றால், நிப்டி குறியீட்டு எண்ணை வாங்காமல், நிப்டி பீஸ் எனப்படும் ஒன்றை வாங்கலாம். அது ஒரு கூடை போன்றது. அந்தக் கூடையில் நிப்டியில் உள்ள பங்குகள் அனைத்தும், நிப்டி குறியீட்டு எண் எந்த விகிதத்தில் உள்ளதோ, அந்த விகிதத்தில் இருக்கும்.

ஒப்பிடப் போனால் இதுவும் ஒரு பரஸ்பர நிதி போலத்தான். வாங்கப்படும் பங்குகள், நிப்டி 50. அதனை நடத்துபவர்கள் உண்மையிலேயே வாங்குவார்கள். அதனால் அவர்களால் டிவிடெண்ட் போன்றவற்றையும் கொடுக்க முடியும்.

நிப்டி நகர்தலுக்கு ஏற்றாற்போல, நிப்டி பீஸ் விலையும் நகர்வதால், அதனையும் வாங்கி விற்று டிரேட் செய்யலாம்.

தேசியப் பங்குச் சந்தையில் மொத்தம் ஒன்பது பீஸ் திட்டங்கள் உள்ளன. அவை:

- Nifty BeES
- Junior Nifty BeES
- Bank BeES
- PSUBNKBEES
- SHARIABEES
- S & P CNX Nifty UTI Notional Depository Receipts Scheme (SUNDER)
- KOTAKPSUBK
- RELBANK
- QNIFTY

கரன்ஸி டெரிவேட்டிவ்ஸ்

பங்குகள் மட்டுமா வர்த்தகத்துக்கு உள்ளன? இப்போது (2008 ஆகஸ்டுக்குப்பின்) கரன்சி டெரிவேட்டிவ்ஸ் என்று அமெரிக்க டாலரும் வர்த்தகத்துக்கு வந்துவிட்டது.

தேசியப் பங்குச் சந்தையில் (ஃபியூச்சர்ஸ் போலவே) அமெரிக்க டாலரை வாங்கலாம், விற்கலாம். கையில் இல்லாததை விற்று வைத்து பின்னர் நேர் செய்யலாம். மார்க்கெட் லாட் 1,000. பங்குகளுக்கு ஃபியூச்சர்ஸில் மூன்று மாத காலம் உண்டு என்று தெரிந்திருக்கும். கரண்ட் மன்த் (நடப்பு மாதம்), நியர் மன்த் (அடுத்த மாதம்), ஃபார் மன்த் (அதற்கு அடுத்த மாதம்) என்று மூன்று மாத ஒப்பந்தங்கள் எப்போதுமே உண்டு. வாங்கி/விற்ற மாதத்துக்குள் கணக்கை நேர்செய்துகொள்ள வேண்டும்.

ஆனால், கரன்சி டெரிவேட்டிவ்ஸுக்கு 12 மாதங்கள் உண்டு. அடுத்த 11 மாதங்கள் (நடப்பு மாதம் உட்பட 12) வியாபாரத்தை இப்போதே மாதம் குறிப்பிட்டுச் செய்யலாம். அதற்குள் நேர் செய்துகொண்டால் போதும். என்ன ஆனாலும் டெலிவரி கிடையாது. பணம் கொடுத்து நேர் செய்வது மட்டும்தான் சாத்தியம்.

கரன்சி டெரிவேட்டிவ்ஸை (CD) மும்பை பங்குச் சந்தையிலும் வர்த்தகம் செய்யலாம். MCX (மல்டி கமாடிட்டி எக்ஸ்சேஞ்ச்) என்றழைக்கப்படும் சந்தையிலும் வர்த்தகம் செய்யலாம்.

சூடுபிடித்து வரும் இந்த வர்த்தகம், தற்சமயம் நாள் ஒன்றுக்கு ரூ. 9,000 கோடி அளவில் நடக்கிறது. இந்த வர்த்தகத்தில் FII-க்கள் இன்னும் அனுமதிக்கப்படவில்லை.

இன்ட்ரஸ்ட் ரேட் ஃபியூச்சர்ஸ் (IRF)

ஆறு ஆண்டுகளுக்குப் பிறகு, மீண்டும் 2009 ஆகஸ்ட் மாதம் முதல் இன்ட்ரஸ்ட் ரேட் (வட்டி விகிதம்) ஃபியூச்சர்ஸ் வர்த்தகத்துக்கு அனுமதிக்கப்பட்டுள்ளது. தேசியப் பங்குச் சந்தையில் இதனை வாங்கலாம், விற்கலாம். உலக அளவில் நடைபெறும் மொத்த டெரிவேட்டிவ்ஸ் வர்த்தகத்தில் இதன் பங்கு 20%. ஆனால் இந்தியாவில் இன்னும் இது சுவாரசியமாகவில்லை.

இது வட்டி தொடர்பான ஒன்று. வட்டிக்குக் கடன் வாங்கியிருப்பவர்கள் மற்றும் வட்டிக்குப் பணம் போட்டு வைத்திருப்பவர்களுக்கு இதனால் நல்ல பயன் உண்டு. தங்களுக்கு வரவேண்டிய வட்டியோ, தாங்கள் தரவேண்டிய வட்டியோ, வெளிச் சந்தையில் ஏற்படும் மாற்றங்களால் (பணவீக்கம், வங்கி வட்டி விகிதங்களில் மாற்றம்) அதிகரிக்கவோ, குறையவோ செய்யலாம். அதிலிருந்து தங்களைப் பாதுகாத்துக் கொள்வதற்காக, அவர்கள் இங்கே வாங்கியோ, விற்றோ வைப்பதன் மூலம் ஹெட்ஜ் செய்துகொள்ள முடியும்.

வருங்காலத்தில் வட்டி விகிதம் குறையும் என்று எதிர்பார்த்தால் (கணித்தால்) விற்று வைக்கலாம். உயரும் என்று எதிர்பார்த்தால், வாங்கி வைக்கலாம்.

தற்சமயம் ஒரு IRF-ன் அளவு ரூ. 2 லட்சம். மார்க்கெட் லாட் 20. மார்ஜின் பணம் ரூ. 2 லட்சம் (மொத்தத் தொகையில் 5%).

கமாடிட்டீஸ்

தங்கம் தவிர, பிற கமாடிட்டிகளை (பண்டங்களை) பங்குச் சந்தைகளில் வாங்க விற்க முடியாது. அதற்கென்று தனியாகச் சந்தைகள் உள்ளன. ஒன்று MCX, மற்றொன்று NCDX.

கச்சா எண்ணெய், தங்கம், வெள்ளி போன்ற உலோகங்களில் மிளகு, மஞ்சள் போன்ற மளிகைப் பொருள்கள், உருளை, வெங்காயம் போன்ற காய்கறிகள் என்று பல வர்த்தகத்துக்குக் கிடைக்கின்றன.

ஒவ்வொன்றின் மார்க்கெட் லாட்டும், அவற்றின் ஒப்பந்தக் காலங்களும், மார்ஜின் பணங்களும் வேறு வேறு. கமாடிட்டி சந்தை நேரங்களும் பங்குச் சந்தையை விட அதிகம். இரவு வரை அங்கே வர்த்தகம் நடைபெறுகிறது. பெரும்பாலான பங்குச் சந்தைத் தரகர்களே, கமாடிட்டி சந்தைகளிலும் உறுப்பினர்களாகி, தங்கள் வாடிக்கையாளர்களுக்கு இந்த வர்த்தக வாய்ப்பையும் தருகிறார்கள்.

இந்தப் புத்தகம் எந்த டிரேடிங்குக்கு ஆனது?

டிரேட் செய்வதற்கு பங்குகள், பங்குகள் தொடர்பானவை தவிரவும் சில இருக்கின்றன என்று பார்த்தோம். இந்தப் புத்தகத்தில் நாம் பார்க்கும் டிரேடிங்குக்கான டெக்னிக்கல் வழி முறைகள் அனைத்துமே எல்லா டிரேடிங்குகளுக்கும் பொருந்தும். அது கேண்டில் ஸ்டிக் ஆக இருந்தாலும், டவ் தியரியாக இருந்தாலும், வேவ் தியரி அல்லது பிபனோச்சி நம்பர்களாக இருந்தாலும் சரி, எல்லாவற்றுக்கும் பொருந்தும். ஆனால் இந்தப் புத்தகத்தில் தகுந்த உதாரணங்களுடன் சற்று விரிவாக நாம் பார்க்க இருப்பவை எல்லாம் பங்குகள் தொடர்பானவை மட்டுமே.

3. டிரேடிங் பலவகை

டிரேடிங் என்று ஒரு வார்த்தையில் சொல்லி விடுகிறோம். ஆனால் அதற்குள்தான் எத்தனை வகைகள் இருக்கின்றன.

- குறிப்பிட்ட கால அளவு வைத்துக்கொள்ளாமல், வாங்கி வைத்து அல்லது விற்று வைத்து, சாதக மான நிலை வந்தபிறகு முடித்துக்கொள்வது. இதன் பெயர் பொசிஷன் டிரேடிங்.
- குறிப்பிட்ட பங்கு அல்லது டெரிவேட்டிவில் ஒரு நிலைப்பாடு எடுப்பது. இது இந்த அளவுக்கு உயரும் அல்லது இந்த விலைக்கு இறங்கும் என்று வேண்டியதை வாங்கிவிட்டு அல்லது விற்றுவிட்டுக் காத்திருப்பது. இதன் கால அளவு நபருக்கு நபர் வேறுபடலாம்.

சிலர் மாதக் கணக்கில்கூடக் காத்திருப்பார்கள். F&O-வில் செய்து விட்டு 'ரோல் ஓவர், ரோல் ஓவர்' என்று சொல்லிக்கொண்டே இருப்பார்கள். அது லாபத்தைத் தொடரவிடும் (Run the Profit) முறை யாகவோ, நட்டத்தைக் கையில் பிடிக்காமல், சரியான நேரத்துக்காகக் காத்திருக்கும் (Hold) முறையாகவோ இருக்கலாம்.

இதைச் செய்வதற்கு பலம் வேண்டும். பண பலம் மட்டுமல்ல, மனபலமும்தான். முக்கியமாக இரண்டாவது. பணம்கூட, தரகர்களே வட்டிக்குக் கடனாகத் தந்துவிடுவார்கள். தான் வாங்கியதன் விலை தொடர்ந்து இறங்குவதை பார்த்துக் கொண்டு சும்மா இருக்க நிறைய தைரியம் வேண்டும். விற்று வைத்ததன் விலை ஏறிக்கொண்டே இருப்பதைப் பார்க்கவும் தைரியம் வேண்டும்.

'நான் எடுத்த முடிவு சரிதான். சரியான அடிப்படையில்தான் அந்த முடிவை எடுத்தேன். நடப்பது தாற்காலிகம்' என்கிற நம்பிக்கை யில் சிலர் இருப்பார்கள்.

வேறு சிலருடைய காலம் என்பது அந்தந்த F&O காண்டிராக்ட் மாதங்களுடன் சரி. F&O குளோசிங்குக்கு முன்னால் விற்றோ, வாங்கியோ நேர்செய்து கொண்டு விடக்கூடியவர்கள்.

இவர்கள் முடித்துக்கொள்ளக் காரணம், 'ஒரு மாத காலம் பார்த்தாயிற்று. அடுத்த காண்டிராக்ட் எப்படியிருக்குமோ! எதற்கு வம்பு' என்ற நினைப்புதான்.

இவர்களைவிட குறைவான கால அளவில் செய்பவர்களின் காலம் அதிகபட்சம் ஒரு வாரம். Weekly Close ஆவதற்கு முன்பாக இவர்கள் கழன்றுகொண்டுவிடுவார்கள். 'சனி, ஞாயிறு விடுமுறை. இங்கே பங்குச் சந்தைகளில் வர்த்தகம் கிடையாது. ஆனால் அமெரிக்க, ஐரோப்பியப் பங்குச் சந்தைகளில் வர்த்தகம் உண்டே. தவிர ஏதாவது (விவகாரமான) புள்ளிவிவரங்கள் வெளிவரலாம். அதனால் அந்தப் பங்குச் சந்தைகள் விழுந்து, இங்கேயும் தாக்கம் கொடுத்தால்! எதற்கு வம்பு. இரண்டு நாள் நிம்மதியாக தூங்கலாம். வேறு வேலை பார்க்கலாம். இந்த 'பொசிஷன்களை' மனத்தில் சுமப்பானேன்!' என்பது இவர்களது மன ஓட்டம்.

இவர்களை விடவும் குறைவான நேரத்தில் வியாபாரத்தை முடித்துக் கொள்பவர்கள் எண்ணிக்கை குறைவுதான். இவர்கள் செய்வது BTST மற்றும் STBT. இங்கே BTST என்றால் Buy Today Sell Tomorrow. இன்று வாங்கி நாளையே விற்பது. ஒரே ஒரு நாள் வைத்திருப்பதிலேயே நல்ல லாபம் பார்ப்பவர்கள். இவர்கள் பார்வையில், 'முதல் நாள் முடிவுறும் விலைகள் மற்றும் வர்த்தகம் நடைபெறும் பங்குகளின் எண்ணிக்கையைப்

பார்த்தால், நாளை கட்டாயம் விலை ஏறும். இதனால், இவர்கள் அப்படித் தெரியும் சிலவற்றை ஒரு நாளைக்காக வாங்குவார்கள். Sell Today Buy Tomorrow (STBT) என்பது இதற்கு நேர் எதிர். 'இன்று விற்றுவிடு. நாளை வாங்கிக்கொள். விலை இறங்கி யிருக்கும் பார்' என்பது இவர்களுக்குக் கிடைக்கும் பரிந்துரை.

இவை இரண்டுமே வேறு ஒரு விதத்தில் ஆபத்தானவை. காரணம் NSE-யில் தற்சமயம் உள்ள செட்டில்மெண்ட் முறை T+2. அதாவது, வர்த்தகம் ஆனதில் இருந்து இரண்டு நாள்களுக் குள் பணம் வரும், போகும். இன்று வாங்கியதை நாளையே விற்க வேண்டும் என்றால், வாங்கியது டெலிவரி வந்திருக்க வேண்டுமே! பெரும்பாலும் வந்து விடும். வராவிட்டால்! வேறு யாரிடமிருந்தாவது கடனாக வாங்கிக் கொடுக்கலாம். இல்லா விட்டால் ஏலம்தான். ஏலத்தில் வாங்குவது என்றால் 15%கூட விலை அதிகம் இருக்கலாம். வர்த்தகத்தில் வந்த லாபம் அனைத்தும் போய்விடும். சுண்டைக்காய் காலணா, சுமைகூலி முக்காலணா கதைதான்.

BTST-யாவது இப்படி. STBT இன்னும் ஆபத்தானது. அதனால் கையில் இல்லாததை விற்கவே கூடாது. நம் கையில் ஏற் கெனவே பங்கு இருந்தால் மட்டுமே அவற்றில் டிரேட் செய்ய இந்த முறையைப் பயன்படுத்தலாம்.

இதற்கும் அடுத்த வகையினர்தான் மகாஜனங்கள். ஆடி அமா வாசைக்கு திருச்சி காவேரியில் மூழ்கி எழுகிற பக்தர்களைக் காட்டுவார்களே அப்படிப்பட்ட கூட்டம். பெருங்கூட்டம்.

நாடு முழுக்க லட்சக்கணக்கில் இருக்கிறார்கள். வாங்குவார்கள். வாங்கிய தினமே விற்பார்கள். மீண்டும் வாங்குவார்கள். உடனே விற்பார்கள். அல்லது விற்று விற்று வாங்குவார்கள். இரண்டை யும் மாற்றியும் செய்வார்கள்.

இவர்களது அணுகுமுறையின் பெயர் 'இண்ட்ரா டே' (Intra day). இதுதான் பங்குச் சந்தையின் ஜீவன். உயிர்த்துடிப்பு.

டெர்மினல் டிரேடிங் வந்தபிறகு, பங்குச் சந்தையில் பங்கு பெறும் எவராலும், நடப்பதை நொடிக்கு நொடி திரையில் பார்த்து தெரிந்துகொள்ளும் வாய்ப்பு வந்துவிட்டது. தற்சமயம் காலை 9.55-க்குத் தொடங்கி மாலை 3.30 வரை பங்கு வர்த்தகம் நடைபெறுகிறது. இந்த ஐந்து மணி நேரம் 35 நிமிடங்களும்

ஆயிரக்கணக்கான பங்குகளின் விலைகளும், வாங்குவோர் விற்போரின் முடிவுகளை அல்லது உணர்வுகளைப் பொருத்து, தொடர்ந்து நகர்ந்துகொண்டே இருக்கின்றன.

எவ்வளவு வேண்டுமானாலும் குவாண்டிடியில் வாங்கி விற்கலாம் என்கிற வாய்ப்பு, 'சிறிய அளவு லாப விகிதம் இருந்தால் கூடப் போதும், செய்' என்று சொல்ல, வாங்கி விற்கிறார்கள். விற்று, வாங்குகிறார்கள். வர்த்தகம் செய்துகொண்டே இருக்கிறார்கள்.

இதனால்தான் நாள் ஒன்றுக்கு NSE-யில் ஷேர் மார்க்கெட் வர்த்தகம் ரூ. 16,000 கோடிக்கும், F&O வர்த்தகம் ரூ. 90,000 கோடிக்கும் நடக்கிறது.

இண்ட்ரா டேயில் இருக்கும் அனுகூலங்கள், நாளின் வர்த்தகம் முடியும் நேரம், டெலிவரி எடுக்க வேண்டியதோ, கொடுக்க வேண்டியதோ ஏதுமில்லாத காரணத்தால், தரகருக்கு தினம் தினம் பணம் கொடுக்கத் தேவையில்லை.

தாங்கள் கொடுத்துவைத்திருக்கும் பணத்தைப்போல (டெபாசிட் அல்லது மார்ஜின்) மூன்று முதல் பதினைந்து, இருபது மடங்கு வரைகூட தரகு நிறுவனங்கள், தங்கள் வாடிக்கையாளர்களை வர்த்தகம் செய்ய அனுமதிக்கிறது.

உதாரணத்துக்கு, இன்போசிஸ் பங்கு ஒன்றின் விலை ரூ. 2000. ஒருவர் ரூ. 50,000 பணத்தை, தரகரிடம் டெபாசிட் ஆகக் கொடுத்துவிட்டு, வர்த்தகம் செய்கிறார். அவர் கேஷ் மார்க்கெட்டில், இன்போசிஸ் வாங்கி டெலிவரி எடுப்பதென்றால் ரூ. 50,000-க்கு 25 பங்குகள்தான் வாங்கலாம்.

அவர், குறிப்பிட்ட தினம் இன்போசிஸ் விலை உயரும் என்று நினைக்கிறார் (காரணம், டாலர் மதிப்பு அன்று கூடியிருக்கிறது). ஒரு நல்ல குவாண்டிடி செய்து பார்த்து விடுவது என்று முடிவு செய்கிறார். அவருடைய தரகர் அவருக்கு ஏழு மடங்கு 'எக்ஸ்போஷர்' (Exposure) தருபவர். (எக்ஸ்போஷர் என்றால் கொடுத்துவைத்துள்ள பணத்தைப் போல எத்தனை மடங்கு வர்த்தகம் செய்யலாம் என்பது.) ஆக, 50 ஆயிரம் ரூபாய் முன்பணத்துக்கு, 3 லட்சத்து 50 ஆயிரம் ரூபாய்வரை எக்ஸ் போஷர். ஆனால் ஒரு நிபந்தனை. 'கேரி ஓவர்' (அன்றைய தினமே முடித்துக் கொள்ளாமல் டெலிவரி எடுப்பது) மட்டும்

கிடையாது. தவிர, குறிப்பிட்ட அளவுக்குக்கீழ் அன்று பங்கு விலை இறங்கினால், அது எவ்வளவு இறங்கியிருந்தாலும் அல்லது மறுநாளே உயரும் வாய்ப்பு இருந்தாலும், வாடிக்கையாளர் தான் வாங்கியவற்றை விற்றுவிட வேண்டும். லாபமா, நட்டமா என்று பார்த்துக் கொண்டிருக்க முடியாது.

அந்த வாடிக்கையாளர் ரூ. 2000 வீதம் மூன்றரை லட்சத்துக்கு 175 பங்குகள் வாங்கலாம். பங்கு ஒன்றுக்கு இருபது ரூபாய் ஏறினால்கூட அவருக்கு ரூ. 7,500 லாபம். (அதிலிருந்து புரோக்கர் கமிஷன் மற்றும் வரிகள் போகும்.) அன்று மாலை அவரிடம், அவர் கணக்கில் இருக்கும் முன்பணம் ரூ. 50 ஆயிரம் அப்படியே இருக்கும். லாபம் ரூ. 3,500. நட்டமும் வரலாம். ஸ்டாப் லாஸ் போட்டு ரூ. 20 அல்லது 30-க்குள் நட்டத்தைக் கட்டுப்படுத்தி விடுவார்கள். போனால் ரூ. 3,500 அல்லது அதற்குச் சற்று மேலாக மட்டும் இருக்குமாறு பார்த்துக் கொள்வார்கள்.

இந்தவிதமாக காலையில் 10 மணிக்கு வாங்கி 10.30-க்கு விற்றாகிவிட்டது என்றால், அதன்பிறகு அவர் மீண்டும் (சற்று விலை இறங்கிய) இன்போசிஸ் பங்கையோ அல்லது வேறு ஏதேனும் பங்கையோ வாங்கலாம், விற்கலாம்.

சாமர்த்தியமாகச் செய்பவர்கள் ஒரே நாளிலேயே பல டிரேட்கள் கூடச் செய்துவிடுவது உண்டு. எல்லாம் அதே ரூ. 50,000 முன்பணத்துக்குள்தான். மேலே பார்த்த வெவ்வேறுவிதமான டிரேடிங்குகளையும் சேர்த்து ஒரு படம் வரைந்து பார்த்தால் எப்படியிருக்கும்?

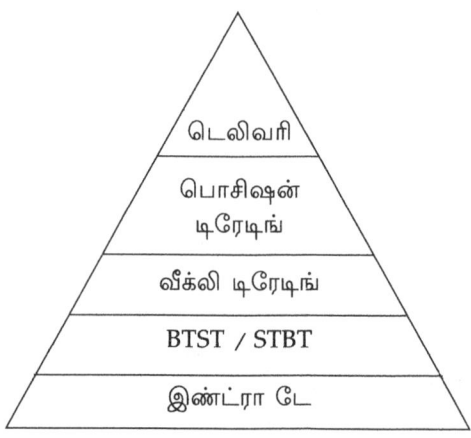

மாற்றிச் செய்தல்

சிலர் இண்ட்ரா டே என்றுதான் செய்வார்கள். ஆனால் பின்பு லாபத்தைத் தொடரலாம் என்று தோன்றும். அல்லது நட்டத்தை ஏன் கையில் பிடிக்கவேண்டும் என்று தோன்றும். காரணம், அவரகள் எதிர்பார்த்ததைவிட மாறாக அல்லது கூடுதலாக நடந்திருக்கும். மேற்கொண்டு கிடைக்கும் விவரங்கள், தாங்கள் ஏற்கெனவே கணித்ததில் இருந்து நிலைமை வேறுபடுகிறது என்பதை அவர்களுக்கு உணர்த்தியிருக்கும்.

என்ன செய்வார்கள்? பணம் திரட்டி தரகரிடம் கொடுப்பார்கள். அல்லது தங்களிடம் ஏற்கெனவே உள்ள வேறு சில பங்குகளை விற்று கேஷ் பொசிஷனை உருவாக்குவார்கள். இண்ட்ரா டே வர்த்தகத்துக்கு வாங்கியதை டெலிவரி எடுப்பார்கள்.

முழுவதும் எடுக்க முடியாவிட்டாலும், ஓரளவுக்கு டெலிவரிக் காக வைத்துக்கொண்டு, மீதத்தை மட்டும் விற்பார்கள்.

இதேபோன்ற மாறுதல்கள் BTST-யிலும் வரலாம். டெலிவரிக் காக எடுத்த பொசிஷன் டிரேடிங் பங்குகளை சிலர் சில சமயம் வாங்கிய அன்றே, கணிமான லாபம் கிடைத்தாலோ, அல்லது செய்தியில் / நிலைமையில் மாற்றம் வந்தாலோ, விற்பார்கள். விற்று இண்ட்ரா டே ஆக்கி விடுவார்கள்.

இந்த அணுகுமுறைகளில் எது சரி, எது தவறு என்றெல்லாம் யோசிக்கவேண்டியதில்லை. எதைச் செய்தாலும் அதற்கென சில சூத்திரங்களை உருவாக்கிக்கொண்டு, சரியாகச் செய்யலாம்.

எல்லாவிதமான பங்கு டிரேடிங்குகளைப் பற்றியும் ஓரளவு பார்த்தாயிற்று. ஒன்றே ஒன்றை மட்டும் சற்று விரிவாகப் பார்க் கலாம். டிரேடிங் என்றாலே, இண்ட்ரா டேதான் என்று நினைக்க வைக்கும் அளவுக்கு அதிகமானவர்களால் செய்யப்படும் இண்ட்ரா டே வர்த்தகம் பற்றி விவரமாகப் பார்க்கலாம்.

4. இண்ட்ரா டே டிரேடிங்

இன்றைக்கு எதை வாங்கலாம், எதை விற்கலாம் என்பதை அவரவரே முடிவு செய்பவர் உண்டு. விவரங்களைச் சரியாகத் தெரிந்துகொள்ளாமல் அப்படிச் செய்வது இப்படிச் செய்வது ஆபத்தில் தான் முடியும். அதற்கு பதில் டெக்னிக்கல் அனலிஸ்டுகள் தரும் பரிந்துரைகளின் அடிப்படையில் செய்யலாம்.

டெக்னிக்கல் அனலிஸ்டுகள் தரும் இண்ட்ரா டே கால்ஸ் என்பவை எப்படியிருக்கும், அவற்றை எப்படிப் புரிந்து கொள்ள வேண்டும் செயல்படுத்த வேண்டும் என்பவற்றை இப்போது பார்க்கலாம்.

இண்ட்ரா டே கால்களில் வாங்கு, விற்றுவிடு என்று (Buy அல்லது Sell) எப்படிச் சொன்னாலும், அதற்குப் பெயர் 'கால்' (Call) தான்.

பை அபவ் (Buy above)

ஒரு குறிப்பிட்ட விலையைச் சொல்லி, அந்தப் பங்கின் விலை அதற்குமேல் போனால் அந்தப் பங்கையோ அந்தக் குறியீட்டு எண்ணையோ வாங்கலாம் என்பதுதான் பை அபவ் என்பதன் பொருள்.

உதாரணத்துக்கு 28.11.09 அன்று வந்த 'கால்'களில் ஒன்று, DLF பற்றியது.

Buy above	380	(380-ஐத் தாண்டினால் வாங்கலாம்)
Stop Loss	376	(ஸ்டாப் லாஸ் 376)
Target	387	(இலக்கு விலை 387)

இப்படித்தான் கால்கள் வரும். சிலர் கொடுக்கும் கால்களில் ஒரு இலக்கு மட்டுமே தராமல் இரண்டாவது (Target 2) இலக்கையும் தரலாம்.

இப்படிப்பட்ட 'கால்'கள் மூன்று வழிகளில் வரலாம்.

ஒன்று பத்திரிகைகள், தொலைக்காட்சிகள் ஆகிய ஊடகங்கள் வழியாக. பிசினஸ் லைன், எக்கனாமிக் டைம்ஸ், பிசினஸ் ஸ்டாண்டர்டு போன்ற தினசரிப் பத்திரிகைகள், தலால் ஸ்டிரீட், கேப்பிடல் மார்க்கெட், புல்ஸ் ஐ, நாணயம் விகடன் போன்ற இதழ்கள், NDTV, CNN-IBN, ஜெயா டி.வி, சன் நியூஸ், மக்கள் தொலைக்காட்சி, கலைஞர் செய்திகள் போன்ற ஊடகங்கள். இவர்களுடைய நேயர்கள், வாசகர்கள்தான் பயனாளிகள்.

இரண்டாவது, தரகு நிறுவனங்கள் வழியாக. இவர்கள், இவர்களுடைய வாடிக்கையாளர்களுக்கு இப்படிப்பட்ட 'கால்'களைத் தருகிறார்கள். இதற்காக என்றே கட்டணம் வசூலிப்பவர்கள் இருந்தாலும், பெரும்பாலும், வாடிக்கையாளர்களுக்கு ஒரு சேவையாகவே இந்தத் தகவல்களைத் தந்து விடுகிறார்கள். அதில் அவர்களுடைய நலனும் அடங்கியுள்ளது. 'கால்'களே தூண்டுதல்கள். எதற்குத் தூண்டுதல்? எதையாவது வாங்கி, விற்க. அப்படி வாடிக்கையாளர்கள் வாங்கி விற்றால், வாடிக்கையாளர்களுக்கு லாபமோ நட்டமோ, தரகு நிறுவனங்களுக்குக் கட்டாயம் கமிஷன் பணம் வரும்.

இந்த நிறுவனங்கள் தரும் பரிந்துரைகள் எப்படியிருக்கும்? சில, 'வாங்கி வையுங்கள். இலக்கு வந்ததும் விற்றுவிடுங்கள்' வகையைச் சேர்ந்தவை. வேறு சில, 'வாங்குங்கள். ஆனால், இன்றே விற்று விடுங்கள்' வகையின.

அன்றே வாங்கி (அல்லது விற்று) அன்றே விற்பதற்காக (அல்லது வாங்குவதற்காக) இருந்தால், அதற்கு அவர்கள், ஏன்-எதற்கு இப்படிச் சொல்கிறோம் என்ற விளக்கங்களை

யெல்லாம் சொல்வதில்லை. வாடிக்கையாளர்களும் இந்த விளக்கங்களை எதிர்பார்ப்பதில்லை.

அப்படிப்பட்ட ஒரு 'கால்'தான் நாம் சற்று முன்பு பார்த்த DLF பரிந்துரை. முழுக்க முழுக்க டெக்னிக்கல் அடிப்படையில் சொல்லப்படுவது.

அடுத்த முறையான, 'வாங்குங்கள், விலையேறலாம்' வகை டெலிவரி முறை. அது டிரேடிங்கில் வராவிட்டாலும், அதுவும் 'கால்' வகைகளில் ஒன்று என்பதனால், எப்படித் தரப்படுகிறது என்பதைப் பார்த்துவிடலாம்.

அதற்குக் கூடுதல் தகவல்கள் தரவேண்டியிருக்கும். எந்தத் துறையில் இயங்குகிறது? துறைக்கு வாய்ப்புகள் எப்படி? என்ன நிறுவனங்கள் அந்தத் துறையில் இயங்குகின்றன? பரிந்துரைக்கப்படும் நிறுவனத்துக்கு உள்ள வாய்ப்புகள் என்ன? என்பதையெல்லாம் நியாயப்படுத்த வேண்டும்.

இவற்றையெல்லாம் எழுதி, எந்த விலைக்கு மேல் (Buy above) வாங்கலாம் என்று குறிப்பிட்டு, இலக்கு விலை என்ன என்றும் தெரிவிப்பார்கள். இதற்கும் ஸ்டாப் லாஸ் உண்டு. ஆனால், சாதாரண எட்டக்கூடிய தூரத்தில் இருக்காது.

டெலிவரியின் விரிவான பரிந்துரைகளை தங்கள் இணையத் தளங்களிலும், தினசரி வர்த்தகத்தின் பரிந்துரைகளை செல்பேசி மூலமாகவோ, மின்னஞ்சல் அல்லது சாட் (Chat - இணையம் மூலம் யாஹூ!, கூகுள் அரட்டைகள்) தெரிவிப்பார்கள்.

தினசரி ஒன்றிரண்டு 'கால்'கள் மட்டுமே கொடுக்கும் (சிறு) நிறுவனங்களும் உண்டு. தினசரி இருபது 'கால்'கள் கொடுக்கும் நிறுவனங்களும் உண்டு.

'கால்'கள் வரும்தான். ஆனால் அவற்றை எல்லாம் செய்யவேண்டும் என்ற கட்டாயம் இல்லை. 'கால்'களில் சில ஸ்டாப் லாஸைத் தட்டலாம். தட்டினால் டிரேட் செய்தவருக்கு நட்டம்தான்.

மூன்றாவது வகை, தனிப்பட்ட அனலிஸ்டுகளிடம் இருந்து வாடிக்கையாளர்களே நேரடியாக 'கால்'களைப் பெறுவது. அதற்குப் பணம் கட்ட வேண்டும். மாதம் ரூ. 2,000-2,500 வரை பணம் கட்டவேண்டியிருக்கும்.

எதனால் ஒரு பங்கை குறிப்பிட்ட விலைக்கு மேல் வாங்கச் சொல்லுகிறார்கள்? எதனால் 'பை அபவ்' என்று கேட்கலாம். உதாரணமாகப் பார்த்த DLF-ல் அந்தப் பங்கு 380-ஐத் தாண்டினால், அதன்பிறகு வாங்கச் சொல்லுகிறார்கள். 380 என்கிற விலை அந்தப் பங்குக்கு அன்றைய தினத்துக்கு ஒரு எதிர்ப்பு உள்ள தடை. அதைத் தாண்டினால்தான், அதனால் அதற்குமேல் உயர முடியும். முன்பு பார்த்த மதில் கதவு போன்றதுதான் இதுவும். தாண்டிவிட்டால், தடையின்றி 387 வரை போகும். 380 முதல் 387 வரை எதிர்ப்பு இருக்காது. அப்படியே இருந்தாலும் சமாளிக்கும். 387-ல் நிறையப் பேர் விற்க முன்வரலாம். அதனால்தான் அதனை இலக்காக்கி அங்கே அந்த விலையில் விற்றுவிடுங்கள் என்கிறார்கள். அதற்கு மேலும் போகலாம். சந்தையில் ஆர்வம் இருந்தால் நிலவும் சூழ்நிலைகளைப் பொருத்து, ஆர்வம் வரலாம். விலை ஏற்றத்தைப் பார்க்கும் பலரும் வாங்கலாம்.

இங்கே ஒன்றை நினைவு வைத்துக் கொள்ள வேண்டும். நமக்குப் பரிந்துரைத்தவர், DLF பங்கின் இலக்கு 387 என்று சொல்லி யிருந்தால், அங்கே விற்றுவிட வேண்டும். முன்கூட்டியே அந்த விலையில் விற்றுவிட ஆர்டர் போட்டு வைத்திருக்க வேண்டும். அப்படிப் போட முடியும்.

இப்படி பரிந்துரையின்படியே பிறழாமல் நடப்பதற்குப் பெயர் ஒழுங்கு. டிரேடிங்கில் இது அவசியம். 387 வந்தபிறகும் விற்காமல் இன்னும் மேலே ஏறுகிறதே என்று விட்டுவிட்டால், பின்பு இறங்கினால் அதனால் ஏற்படும் நட்டத்துக்கு, பரிந்துரை செய்தவர் பொறுப்பல்ல. (எதற்குமே அவர் பொறுப்பல்ல, லாபம் உட்பட. எல்லாம் நாம்தான் முடிவெடுத்துச் செய்ய வேண்டும் என்பது வேறு விஷயம்.)

அதேபோல வாங்குகிற ஆர்டர் போடுகிறபோதே, விற்க வேண்டிய (டார்கெட்) ஆர்டரையும், உடன் ஸ்டாப் லாஸ் ஆர்டரையும் போட்டுவிட வேண்டும். இப்படிச் செய்யும் பொறுப்பை இயந்திரத்திடம் (கம்ப்யூட்டர்) கொடுத்துவிட வேண்டும். அது ஒழுங்காகச் செய்துவிடும்.

ஸ்டாப் லாஸ் என்பது காரணப்பெயர். ஏற்படக்கூடிய நட்டத்தை நிறுத்து என்பது அதன் பொருள். 380-க்கும் மேல் வாங்குகிற DLF பங்கு. அது 387 வரை போகலாம் என்பது கணிப்பு. ஆனால்,

பங்குச்சந்தை: டிரேடிங் | 49

அப்படி விலை உயராமல் போகலாம். 380-க்கு வாங்கியது, மாலை வர்த்தகம் முடியும் வரை 382, 384 என்றே அசைந்து கொண்டிருக்கலாம். அப்படியிருந்தால், ஒரு நேரத்தில், 'சரி, முடித்துக் கொண்டு விடுவோம்' என்று வாங்கியதை 2 அல்லது 4 ரூபாய் லாபத்துக்கு விற்றுவிடலாம். பெரிய லாபமில்லைதான். ஆனால் நட்டமும் இல்லை.

டிரேடிங்கில் இது மிகவும் முக்கியம். இரண்டு டிரேடில் மட்டும் லாபம் வந்து, நான்கைந்து டிரேட்களில் நட்டம் வந்தால், நிகர நட்டமாகிவிடும். உழைப்பு, நேரம், பணம் எல்லாம் வீணாகி விடும்.

இன்றைக்கு பங்குச் சந்தையில் இப்படி நிலவரம் இருக்கும், இந்தக் குறிப்பிட்ட பங்கு இப்படி நகரும் என்று கணிக்கிறார்கள். இவை நடக்காமல் போகலாம். தவிர, ஏதோ காரணங்களால், விலை உயர்வதற்குப் பதிலாக விழவும் செய்யலாம். இவ்வளவு தான் விழலாம் என்கிற கட்டாயங்கள், நிபந்தனைகள் பங்கு களுக்குக் கிடையாது. முதலீட்டாளர்களின் எண்ணங்களைப் பொருத்து எதுவும் நிகழலாம்.

அதே போல, விலைகள் விழும்போது அதில் சிறிய நிறுவனப் பங்குகள், பெரிய நிறுவனப் பங்குகள் என்கிற பாகுபாடெல்லாம் கிடையாது. கீழேயுள்ள உதாரணங்களைப் பார்த்தால் தெரியும்.

சுஸ்லான் எனர்ஜி

தேசியப் பங்குச் சந்தையில் 24.10.2008 அன்று மதியம் 2.20 மணி வாக்கில் நிலவரம்

நடப்பு விலை	முதல் நாள் முடிவு விலை	மாற்றம்	ஆரம்ப விலை	வால்யூம்
53.50	77.90	-24.40 (-31.32 %)	75.00	31145719

யூனிடெக்

தேசிய பங்குச் சந்தையில் 24.10.2008 அன்று மதியம் 2.35 மணி வாக்கில் நிலவரம்

நடப்பு விலை	முதல் நாள் முடிவு விலை	மாற்றம்	ஆரம்ப விலை	வால்யூம்
29.00	61.60	-32.60 (-52.92 %)	56.00	43194608

ரிலையன்ஸ் இண்டஸ்டிரீஸ்

தேசிய பங்குச் சந்தையில் 24.10.2008 அன்று மதியம் 2.35 மணி வாக்கில் நிலவரம்

நடப்பு விலை	முதல் நாள் முடிவு விலை	மாற்றம்	ஆரம்ப விலை	வால்யூம்
1,054.00	1,217.65	-163.65 (-13.44 %)	1,200.00	6818606

ICICI வங்கி

தேசிய பங்குச் சந்தையில் 24.10.2008 அன்று மதியம் 2.15 மணி வாக்கில் நிலவரம்

நடப்பு விலை	முதல் நாள் முடிவு விலை	மாற்றம்	ஆரம்ப விலை	வால்யூம்
325.00	365.80	-40.80 (-11.15 %)	350.50	12047335

ஒரே நாளிலேயே பங்குகளின் விலை மிக பயங்கரமாகச் சரியலாம். உதாரணத்துக்கு, சத்யம் கம்ப்யூட்டர் பங்கு ஜூலை 12, 2009 அன்று ஒரே நாளில் 71.84% விலை வீழ்ந்தது.

தேசிய பங்குச் சந்தையில் 7.1.2009 அன்று மதியம் 1:15:10 மணி வாக்கில் நிலவரம்

நடப்பு விலை	முதல் நாள் முடிவு விலை	மாற்றம்	ஆரம்ப விலை	வால்யூம்
50.40	178.95	-128.55 (-71.84 %)	179.00	187456811

மும்பை பங்குச் சந்தையில் 1/7/2009 அன்று மதியம் 01:19 மணி வாக்கில் நிலவரம்

நடப்பு விலை	முதல் நாள் முடிவு விலை	மாற்றம்	ஆரம்ப விலை	வால்யூம்
49.50	179.10	-129.60 (-72.36 %)	179.10	80275087

ஒரே நாளில் 178 ரூபாய் பங்கு, ரூ. 128 ரூபாய் விழுந்து, வெறும் 50 ரூபாய்க்கு வந்தது. எல்லாப் பங்குகளும் இப்படி இவ்வளவு விழாது. ஆனால் இப்படி விழவும் முடியும். அதிலும் குறிப்பாக

அதிகமாக வர்த்தகம் செய்யப்படும், F&O-வில் இடம் பெற்றுள்ள பங்குகளுக்கு மட்டுமே இந்த ஆபத்து உண்டு.

F&O-வில் இடம் பெற்றுள்ள பங்குகளுக்கு மட்டும், ஒரு வர்த்தக தினத்தில் இவ்வளவுதான் விலை விழலாம்/உயரலாம் என்கிற கட்டுப்பாடு கிடையாது. ப்ரீஸ் (Freeze) கிடையாது. அதனால் நாள் முழுக்க விலை இறங்க இறங்க, வர்த்தகம் நடந்துகொண்டே இருக்கும்.

முன்பு நானூறு ரூபாய் விலை போன பங்காயிற்றே என்று எவரும் அன்றைக்கு 170-ல் வாங்கியிருந்தால், அதற்கு ஸ்டாப் லாஸ் விலை போடாமல் இருந்திருந்தால் என்ன ஆகியிருக்கும்?

ஸ்டாப் லாஸ் என்பது டிரேடர்களுக்கு மிகவும் முக்கியம். இரு சக்கர வாகனங்களில் போகிறவர்களுக்கு எப்படி ஹெல் மெட்டோ, நெடுஞ்சாலையில் கார்களில் போகிறவர்களுக்கு எப்படி சீட் பெல்ட்டோ, அப்படித்தான், டிரேட் செய்பவர் களுக்கு ஸ்டாப் லாஸும். 'உயிர்' காக்கும்.

ஸ்டாப் லாஸ் போடும்போதும் கவனமாகத்தான் போட வேண்டும். விசேஷங்களில் பந்திகளில் உட்கார்ந்து சாப்பிடு வோம். வரிசையாகத்தான் சாப்பிடுபவர்கள் அனைவரும் உட்கார்ந்திருப்பார்கள். பாயசம் போடுபவர் அடுத்தடுத்த இலைகளில் போட்டுக்கொண்டே வருவார். திடீரென்று அவர் வேட்டியைச் சரி செய்துகொள்ளவோ அல்லது எதிர் வரிசையில் அமர்ந்திருப்பவரின் விடாத அழைப்புக்கு 'வர்றேங்க' என்று பதில் சொல்லவோ திரும்புவார். மீண்டும் போட ஆரம்பிப்பார். ஆனால் சரியாக விட்ட இலையில் இருந்துதான் செய்வாரா என்று உறுதியாகச் சொல்ல முடியாது. ஓரிரு இலைகளை விட்டுவிட்டு அவர் பரிமாறுவதைத் தொடரலாம்.

விலைகள் ஏறும்போதோ, இறங்கும்போதோ, ஒவ்வொரு ரூபாயாகத்தான் (டிக்) ஏறவேண்டும் என்கிற கட்டாயமில்லை. சந்தையில் நிலவும் உணர்வு வேகத்தைப் பொருத்து, (உங்க கடையில் எவ்வளவு தக்காளி இருக்கோ, எல்லாத்தையும் கட்டுங்க, தாங்க என்று சிலர் கேட்கும்போது விலை உயர்வதுபோல) விலைகள் தாவும்; குதிக்கும்.

நாம் 380-ல் DLF வாங்க ஆர்டர் போட்டிருக்கலாம். ஆனால் 380 என்கிற விலையில் வர்த்தகமே நடக்காமல் போகலாம். 379,

379.50, 382, 384 என்று அந்த இடத்தில் நடக்காமல், தாவியிருக்கலாம். அதனால் நாம் எதிர்பார்த்த விலை வந்தும்கூட, நமக்கு 'வாங்குதல்' நடக்காமல் போகலாம்.

வாங்காமல் போனால் பரவாயில்லை. ஆனால், அப்படி ஸ்டாப் லாஸ் தவறிப் போனால்! மட்டமான ஹெல்மெட் வாங்கியது போலத்தான். போட்டும் பலனில்லை. அதற்காகத்தான் நல்ல தரமான டீலர்கள் ஆர்டர் போடும்போது ஒரு spread கொடுப்பார்கள். 380 முதல் 382 வரை என்று ஆர்டர் போட முடியும். விலையைச் சற்று அகலமாக விரிப்பது.

ஸ்டாப் லாஸ் ஆர்டரை 376 என்று போடாமல் 374 முதல் 376 என்று போடுவது. இது ஒரு முன்ஜாக்கிரதைத்தனம்.

நமக்கு DLF பற்றிய பரிந்துரை வருகிறது. வரும்போதே கால் ஆக்டிவ் (Active) ஆகிவிட்டது. (ஆக்டிவ் என்றால் செயல்பட ஆரம்பித்துவிட்டது, ஆட்டம் தொடங்கிவிட்டது என்று பொருள்.) என்ன நடக்கிறது என்று டீலரிடம் கேட்டால், அல்லது நாமே கம்ப்யூட்டர் திரையைப் பார்த்தால் 384 என்று தெரிகிறது. என்ன செய்யலாம்?

380-க்கு மேல் வாங்கலாம் என்றுதானே பரிந்துரை! வாங்கிவிட வேண்டியதுதானே என்று தோன்றும். அதுவரை சரிதான். ஆனால் மீதம் இரண்டு விஷயங்கள் உள்ளன. அவற்றையும் பார்க்கவேண்டும்.

ஒன்று, அதன் இலக்கு விலை. DLF உதாரணத்தில் 387-தான் இலக்கு. 380-க்கு வாங்கி 387-க்கு விற்றால் பரவாயில்லை. ஆனால், 384-க்கு வாங்கி 387-க்கு விற்பது என்றால் மூன்று ரூபாய்தான் லாபம்.

இரண்டாவது, ஸ்டாப் லாஸ்.

இங்கே வரிகள் பற்றி சொல்லியாக வேண்டும். 384-க்கு வாங்கி 387-க்கு விற்றால், விலை வித்தியாசமான முழு மூன்று ரூபாயும் நமக்குக் கிடைக்காது. வாங்க, விற்க புரோக்கரேஜ் கமிஷன் தரவேண்டும். அவற்றைக் கழித்துவிடுவார்கள். தவிர, செய்கிற வர்த்தகத்துக்கு வரிகள் உண்டு. STT எனப்படும் செக்யூரிட்டீஸ் டிரான்சாக்ஷன் டாக்ஸ், சர்வீஸ் டாக்ஸ் மற்றும் எஜுகேஷன் செஸ் (எல்லாம் 2009 நிலவரப்படி - பின்பு மாறலாம்).

சிலர் கேஷ் மார்க்கெட்டில் வாங்குவார்கள். சிலர் F&O-வில் வாங்குவார்கள். F&O என்றால், லாட் அளவு பெரியதாக இருக்கும். DLF-க்கு (2009 நவம்பரில்) லாட் அளவு, 800 பங்குகள்.

384-ல் வாங்கினால், பங்கு ஒன்றுக்கு இரண்டரை ரூபாய்தான் லாபம் கிடைக்கும். F&O என்றால் 800 பங்குகள். அந்த டிரேடைச் செய்தால், அதிகபட்சம் 2,000 ரூபாய் லாபம் கிடைக்கும். கேஷ் மார்க்கெட்டில் நூறு இருநூறு பங்குகள் வாங்கி விற்றால், 250 அல்லது 500 ரூபாய் லாபம் கிடைக்கும். செய்யலாமா!

ரிஸ்க் ரிவார்ட் ரேஷியோ என்று ஒன்று இருக்கிறது. ரிவார்ட் என்றால் லாபம். 'எவ்வளவு ரிஸ்க்? எவ்வளவு லாபம்?' இதுதான் பார்க்க வேண்டியது. இந்த ஆர்டரில் லாபம் ரூ. 2,000 (F&O-வில்). ரிஸ்க் என்பது ஸ்டாப் லாஸ் விலையில் விற்க வேண்டி வருவது. நாம் நினைப்பது போல் அல்லாமல் 384-ல் வாங்கிய பிறகு விலை இறங்கலாம். நாம் போட்டு வைத்திருக்கும் 376-ல் 'டிரிகர்' ஆகிவிடலாம். (ஸ்டாப் லாஸ் ஆர்டர் செயலாவதைத்தான் டிரிகர் (Trigger) ஆகிவிட்டது என்பார்கள்.)

அப்படி ஆகும்போது நட்டம் எவ்வளவு? 384 மைனஸ் 376. பங்கு ஒன்றுக்கு எட்டு ரூபாய். 800 பங்குகளுக்கு? 6,400 ரூபாய். (கேஷ் மார்க்கெட்டில் செய்திருந்தால் 200 பங்குகளுக்கு 1,600 ரூபாய்). கிடைக்கக்கூடிய அதிகபட்ச லாபம் ரூ. 2,000. வரக்கூடிய நட்டம் ரூ. 8,000 (அதற்கு மேலும் ஆகும். காரணம் இந்த டிரேடுக்கும் புரோக்கரேஜ் மற்றும் வரிகள் உண்டு. லாபமானாலும் நட்டமானாலும் வரி உண்டு.)

கேஷ் மார்க்கெட்டிலும் அதே ரிஸ்க், ரிவார்ட் விகிதம்தான் இருக்கும். 500: 1600.

ஆக நாம் கவனிக்கும்போது, கால் ஆக்டிவ் ஆகிவிட்டிருந்தால், இவற்றையெல்லாம் பார்த்துத்தான் வாங்கவேண்டும்.

டிரெயிலிங் ஸ்டாப் லாஸ்

டிரேடிங்கிலும் சில பழம் தின்று கொட்டை போட்டவர்கள் உண்டு. பங்குகள் நகரும்போது, இவர்களுக்கு அதிகமான அடையாளங்கள் கண்ணுக்குப் புலனாகும். உதாரணமாக, அதே DLF பங்கைப் பார்த்தால் 387 என்பது முதல் இலக்கு. அங்கே நாம் விற்றுவிட வேண்டும் என்று பார்த்தோம். அதுவரைதான்

பரிந்துரைத்தவரும் சொல்லியிருக்கிறார் என்றும் பார்த்தோம். அவரே இரண்டாவது இலக்கு கொடுத்திருக்கலாம் (387 அல்லது 391). மூன்றாவது இலக்கும் இருக்கலாம் (394).

நாம் சரியாக வாங்கிவிட்டோம். விலை உயர்ந்து முதல் இலக்கு அருகே வந்துவிட்டது. நாம் விற்கவில்லை. ஏன்? நாம் (பழம் தின்று கொட்டை போட்ட பிறகு) ரிஸ்க் எடுக்க நினைக்கிறோம். விலை இலக்கு 1-ஐத் தாண்டும் என்று எதிர்பார்க்கிறோம். அது தாண்டவும் செய்கிறது. விலை 388. பின்பு 389.

தண்ணீர் கொதிப்பது போலத்தான், விலைகள் சமயத்தில் தளதள வென்று கொதிக்கும். இலக்குக்கு மேலும் வரும். சிலர் கிடைத்த ஒன்றிரண்டு ரூபாய் கூடுதலுடன் வெளியேறிவிடுவார்கள். வேறு சிலர் தங்கள் ஸ்டாப் லாஸை 376-லிருந்து தூக்கி, இலக்கு ஒன்றான 387-ல் போட்டுவிடுவார்கள். இனி அவர்கள் ஸ்டாப் லாஸ் ரூ. 387.

இப்போது அவர்களுக்கு நட்டம் வந்துவிடக்கூடிய ஆபத்தில்லை. 388, 389-க்குப் பிறகு விலை இறங்கினாலும் 376 வரும்வரை காத்திருப்பதில்லை. 387-ல் ஸ்டாப் லாஸ் டிரிகர் ஆகும். அவர்களைப் பொருத்தவரை லாபம்தான் (387-380=7). அதே சமயம் 394 வரை பங்கு சென்றால், அந்த லாபமும் கிடைக்கும்.

விலை மேலே போகப் போக, தங்கள் ஸ்டாப் லாஸ் அளவையும் உயர்த்திக்கொண்டே போவார்கள். இதற்குப் பெயர் டிரெய்லிங் (நகரும்) ஸ்டாப் லாஸ். இதனை டிரேடர்கள் தாங்களே முடிவு செய்வதைவிட, டெக்னிக்கல் அனலிஸ்டுகளைக் கேட்டுச் செய்வதே சரி.

செல் பிலோ (Sell Below)

இது முதலில் விற்றுவிட்டு பின்பு வாங்கி நேர் செய்யும் வேலை. விலை இறங்கப்போகிறது என்று கணித்து, ஆர்டர் போடுவது. விற்றுவைப்பது. உதாரணத்துக்கு ஆர்டர் ஒன்றினைப் பார்ப்போம்.

பங்கு	SBI
செல் பிலோ	2268
டார்கெட் 1	2240

டார்கெட் 2   2233
ஸ்டாப் லாஸ்   2281

முன்பு பார்த்தது போலத்தான். விற்க வேண்டும், ஆனால் குறிப்பிட்ட விலைக்குக் கீழே போனால் மட்டும். 'பரவாயில்லையே! விற்று வைக்கலாம் என்று பார்த்தால் SBI பங்கு விலை 2275 நடக்கிறதே? விற்கப் பரிந்துரைக்கப்படும் விலையைவிட 7 ரூபாய் கூடுதலாகவே இருக்கிறதே? விற்கலாமா?' என்றால், கூடாது.

2268-க்குக் கீழே போனால்தான் அந்தப் பங்கு அன்றைக்கு அதன் பலவீனமான நிலையை அடையும். அதன் விலை அதற்குக் கீழும் போகும். அந்தக் கட்டத்துக்கு மேலே இருக்கிறவரை அதை ஒன்றும் செய்யக்கூடாது.

தகவல் கிடைத்ததும் முன்கூட்டியே ஆர்டர் போட்டு வைத்துவிட வேண்டும். இப்படி முன்கூட்டியே போட்டு வைக்கும் ஆர்டர்களுக்குத் தனிப்பெயர் உண்டு. அது 'ஸ்டாப் லாஸ் செல்லிங்'. (இதே போல, வராதபோதே ஒரு கூடுதல் விலையைப் போட்டு, வாங்கத் தயார் என்பதற்கு 'ஸ்டாப் லாஸ் பையிங்' என்று பெயர்).

அந்த ஆர்டர் நடந்தால் நடக்கட்டும். நடக்காவிட்டால் போகட்டும் என்று விட்டுவிடவேண்டும். பரிந்துரையை நாம் செப்பனிடக் கூடாது. இதனையும் கேஷ் மார்க்கெட்டில் வேண்டிய எந்த அளவிலும் விற்று வைக்கலாம். அல்லது F&O-வில் அதன் லாட்டுகளின் மடங்குகளாக விற்று வைக்கலாம்.

முன்பே பார்த்ததுபோல, ஒரு தினத்துக்கு இவ்வளவு பணத்துக்குத்தான் செய்யலாம் என்று தரகர்கள் நம்மை அனுமதிப்பார்கள். அது நாம் கொடுத்து வைத்திருக்கும் பணம் (மார்ஜின் மணி) மற்றும் அவர்கள் அனுமதிக்கும் அதன் மடங்குகளை (எக்ஸ்போஷர்) பொருத்தது.

டார்கெட்-1, 2 மற்றும் ஸ்டாப் லாஸ்கள் பற்றி ஏற்கெனவே பார்த்துவிட்டோம். கூடுதல் தகவல்கள் சிலவும் உண்டு. ஸ்டாப் லாஸ் ஆகி, பின்பு மீண்டும் பழைய விலைகளுக்கு வருவதும் உண்டு. உதாரணத்துக்கு SBI-யை 2267-ல் (2268க்குக் கீழ்) விற்று விட்டோம். டார்கெட் 1 ஆன 2240-ல், வாங்குவதற்கு (ஸ்டாப் லாஸ் பையிங்) போட்டு வைத்தாயிற்று. எதிர்பார்ப்புக்கு மாறாக

விலை உயர்ந்து நட்டம் ஏற்படுவதைத் தடுக்க, ஸ்டாப் லாஸ் 2281-ல் போட்டாயிற்று.

வலை விரித்துவிட்டுக் காத்திருக்கிறோம். மார்க்கெட் நகருகிறது. இப்படியும் அப்படியும் விலைகள் அலைகின்றன. டார்கெட்டா? ஸ்டாப் லாஸா? எது தட்டப் போகிறது என்று பார்த்துக் கொண்டிருக்கிறோம்.

விலை உயர்கிறது. 2281-ஐத் தொட்டு ஸ்டாப் லாஸ் டிரிகர் ஆகியும் விட்டது. 2267-ல் விற்று 2281-ல் வாங்கி, பங்கு ஒன்றுக்கு ரூபாய் 14 நட்டம். சரி தொலைகிறது என்று விட்டுவிட்டு சற்று சும்மாயிருந்தால், அதே SBI பங்கு மீண்டும் 2281-க்குக் கீழ் வருகிறது. 2270 வருகிறது. அட, நம்முடைய ஸ்டாப் லாஸ் வரை மட்டும் உயர்ந்துவிட்டு, பிறகு மீண்டும் கீழே வருகிறதே என்று எரிச்சலாக இருக்கும்.

இப்படி நடப்பது சகஜம்தான். நம் ஆர்டர் சரிதான். அன்று SBI பங்கு, நமக்குப் பரிந்துரைத்தவர் கணித்ததுபோலவே இறங்கியது. ஆனால் நமக்குத்தான் நட்டம். இப்படிப்பட்ட சூழ்நிலையில் சற்று விவரமானவர்கள் என்ன செய்கிறார்கள்?

'சரியாக 2267-ல் விற்று, 2281-ல் ஸ்டாப் லாஸ் போட்டால்தானே இந்தப் பிரச்னை. என் லாபம் சற்றுக் குறைந்தாலும் பரவாயில்லை என்று எண்கள் இரண்டையுமே சற்றுத் தள்ளித் தள்ளிப் போட்டுக் கொள்கிறேன்' என்பார்கள் சிலர். எப்படி?

2267-ல் விற்பதில்லை. அதுவும் அகஸ்மாத்தாகத் தவறாகிவிடலாம். சற்றுத் தள்ளி 2265 வந்தால் மட்டும் ஷார்ட் போவது. அதேபோல 2281-ல் ஸ்டாப் லாஸ் போடாமல் 2283-ல் போடுவது. இந்தப் பக்கமும் சற்றுத் தள்ளி; அந்தப் பக்கமும் சற்றுத் தள்ளி.

இதனால் ஸ்டாப் லாஸ் டிரிகர் ஆனால் நட்டம் (2281-2267) ரூ. 14-க்குப் பதிலாக (2283-2265) ரூ. 18 ஆகும். தொகை கூடுதலே தவிர பிராபபிளிட்டி - வாய்ப்பு குறைவுதான்.

இப்படிச் செய்பவர்கள் உண்டு. இப்படிச் செய்தும் டிரிகர் ஆகலாம். இப்படிச் செய்வதும் செய்யாததும் அவரவர் தாங்கு சக்தி மற்றும் விருப்பத்தைப் பொருத்தது.

ஒருமுறை ஸ்டாப் லாஸ் டிரிகர் ஆகிவிட்டால், பலரும் 'போதும். அதிர்ஷ்டமில்லை' என்று விட்டு விடுவார்கள். ஒரு சிலர், அதே ஆர்டரை மீண்டும் செய்வார்கள். விலைகள் மீண்டும் அதே நிலைகளுக்கு வந்தால், சமயத்தில் இரண்டாவது முறை (பாச்சா) பலிக்கலாம். பலிக்காமலும் போகலாம். இரண்டாவது முறையும் நட்டம் ஏற்படலாம்.

அனலிஸ்டுகள் கொடுக்கும் பரிந்துரைகள், ஒருவிதத்தில் மருத்துவர்கள் கொடுக்கும் பரிந்துரைகளுக்குச் சமம். ஒருமுறை காய்ச்சலுக்கு எழுதிக்கொடுத்த மருந்துச் சீட்டை வைத்துக் கொண்டு அதன்பிறகு எப்போது காய்ச்சல் வந்தாலும் அதே மருந்துகளை சிலர் வாங்கிச் சாப்பிடுபவர்கள். இது சரியில்ல, காய்ச்சல் ஒரு அடையாளம். பிரச்னை வேறு எதுவோ. மலச் சிக்கலோ, நோய்க் கிருமி தாக்குதலோ, சளியோ அல்லது வேறு எதுவோ. அவரவர் வயது, உடல்வாகு, பிற உபாதைகள் (வயிற்றுப் போக்கு, வாந்தி, தலைச்சுற்றல், அசிடிட்டி) ஆகிய வற்றைப் பொருத்தே மருந்து மாத்திரைகள் தரப்படும். எனவே, நபருக்கு நபர், நேரத்துக்கு நேரம் மாறும். அதனால் ஒருமுறை எழுதியது, அந்த முறைக்கு மட்டும்தான்.

அனலிஸ்டுகள் காலையில் கொடுக்கும் பரிந்துரைகளை மதியமோ மாலையோ செய்தால் எப்படி? அவர்கள் பார்த்த போது இருந்த நிலைமையை வைத்துக் கணித்துச் சொன்னது அது. அதன்பிறகு நிலைமையில் மாற்றம் வந்தாயிற்று. அதனால் இண்ட்ரா டே கால்களை, சொன்ன ஒருமணி இரண்டு மணி நேரத்துக்கு உள்ளாக (ஆர்டர் அதுவரை ஆக்டிவ் ஆகாமல் இருந்தால்) செய்யலாம். அதற்கு மேல் ரிஸ்க்தான்.

இன்னும் சிலர் இருக்கிறார்கள். அதிக ரிஸ்க் எடுப்பவர்கள். சந்தையின் நாடி பிடிக்கத் தெரிந்தவர்கள். அவர்கள் ஒரு பரிந்துரையையே இரண்டு விதமாகச் செய்வார்கள். அவர்கள் சுயேச்சைகள் போல. காளைகள் கட்சியும் இல்லை, கரடிகள் கட்சியும் இல்லை. வலு இருக்கிற பக்கம் உடனடியாகச் சாய்வார்கள். டக் டக்கென்று கட்சி மாறுவார்கள்.

உதாரணத்துக்கு அதே SBI காலை எடுத்துக்கொள்ளலாம்.

செல் பிலோ - 2268
ஸ்டாப் லாஸ் - 2281

இந்த இரண்டு எண்கள்தான் (விலைகள்) அவர்களுக்கு முக்கியம். 2268-க்குக் கீழே இறங்கினால், ஷார்ட் அடி (விற்றுவிடு). 2281-க்கு மேலே போனால் வாங்கிவிடு. இதுதான் அவர்கள் அணுகுமுறை.

முதலில் 2267 வருகிறது. விற்று விடுகிறார்கள். ஸ்டாப் லாஸ் எதில் போடவேண்டும்? 2282-ல் விற்றது 100 பங்கு என்றால், ஸ்டாப் லாஸ் 2282-ல் 200 பங்குகளாகப் போட்டு வைப்பார்கள். இருநூறு 2282-ல் வந்துவிட்டால், முதல் நூறு, 2267-ல் விற்றதை நேர் செய்ய அதில் நட்டம். மற்றொரு நூறு என்பது அவர்கள் செய்யும் புதிய வர்த்தகம். அதற்கு டார்கெட் தெரியாமல் இருக்கலாம். அல்லது அவர்களுக்குத் தெரிந்தும் இருக்கலாம்.

இதனையே முன்பு பார்த்த 'பை அபவ்' ஆர்டரிலும் செய்யலாம். இப்படிச் செய்ய விளையாட்டு சற்று சீரியசாகி விடுகிறது. முன்பு பார்த்ததுபோல ஸ்டாப் லாஸ் வரை வந்து, பிறகு மீண்டும் பழைய நிலைக்குக் கீழே இறங்கிவிடலாம். அப்படி ஆனால், நட்டம் இரட்டிப்பாகி விடும்.

பொஷிஷனல் டிரேடிங்

இதுவரை பார்த்தவை, அன்றன்றைக்கே முடித்துக் கொள்பவை. இண்ட்ரா டே. இனி 'டெலிவரி' டிரேடுகளைப் பார்க்கலாம். இவையும் பை அபவ் (Buy above) செல் பிலோ (Sell below) என்கிற ரீதியிலேயே வரும். ஆனால் ஸ்டாப் லாஸ்களும் டார்கெட்டும் நன்கு தள்ளி இருக்கும். இண்ட்ரா டே என்பது 20-20 மேட்ச் போல என்றால், இவை 50-50 ஒருநாள் பந்தயங்கள் போல. நேரம் அதிகம். (ஆமாம், இன்வெஸ்ட்மென்ட்ஸ் என்பவை டெஸ்ட் மேட்ச்சுகளைப் போலத்தான்.)

ஒரு நாள் போட்டிகளில், ஒரு சில ஓவர்களில் ஓட்டம் எடுக்கா விட்டாலும் பரவாயில்லை. பின்னர் சமாளித்துக் கொள்ளலாம். டார்கெட் விலையை அடைவதற்குச் சமயத்தில் மூன்று மாதம், ஆறுமாதம் எல்லாம் கூட நேரம் கொடுப்பார்கள். வாங்கி வைத்துவிட்டோ, விற்று வைத்துவிட்டோ பொறுமையாகக் காத்திருக்க வேண்டும். இடையில் பல நாடகங்கள் நடக்கும். காட்சிகள் அரங்கேறும். கண்டுகொள்ளக் கூடாது. முக்கியமாக, பொறுமை காக்கவேண்டும்.

உதாரணத்துக்கு ஒரு பங்கின் பரிந்துரையைப் பார்க்கலாம். பிசினஸ் ஸ்டாண்டர்டு 23-11-2009 இதழில் வெளிவந்த ஒரு தகவல்.

பங்கு	-	டாடா ஸ்டீல்
பரிந்துரைக்கப்பட்ட விலை	-	547
தற்போதைய விலை	-	551.6
இலக்கு விலை	-	669
பரிந்துரைக்கும் நிறுவனம்	-	எடில்விஸ் செக்யூரிட்டிஸ்

எவ்வளவு நாள்களாகும் அல்லது எவ்வளவு மாதங்கள் ஆகும் என்று குறிப்பிடப்படவில்லை. சில சமயங்களில் அதையும் குறிப்பிடுவார்கள்.

பொசிஷனல் ஷார்ட்

வாங்கி வைப்பது போலவே, F&O-வில் உள்ள பங்குகளை பொசிஷனாக விற்றும் வைக்கலாம். அதே நாளில் அதே தினசரியில் வந்த மற்றொரு பரிந்துரை அப்படிப்பட்டதுதான்.

பங்கு	-	ரிலையன்ஸ் இன்டஸ்ட்ரீஸ் 1: 1 போனஸுக்கு	
		முன்பு	பின்பு
பரிந்துரைத்த விலை	-	2132	1066
தற்போதைய விலை	-	2125.15	1062.50
இலக்கு விலை	-	1750	1375
பரிந்துரைக்கும் நிறுவனம்	-	கோட்டக் செக்யூரிட்டிஸ்	

ஆர்பிட்ரேஜ் டிரேடிங்

மலிவாகக் கிடைக்கும் நேரம் வாங்கி, விலை உயருகிற நேரம் விற்பது ஒருவகை டிரேடிங் என்றால், மலிவாகக் கிடைக்கிற இடத்தில் வாங்கி, கூடுதலாக விலை போகிற இடத்தில் விற்பதும் ஒருவித டிரேடிங்தான்.

காலையில் வாங்கி மதியம் விற்கலாம் என்பது போல பங்குச் சந்தையில் வெவ்வேறு நேரங்கள் உண்டு. ஆனால், வெவ்வேறு இடங்கள் எப்படிச் சாத்தியம் என்று சந்தேகம் வரலாம்.

ஒருவரே மும்பை பங்குச் சந்தையிலும், தேசியப் பங்குச் சந்தை யிலும் வர்த்தகம் செய்யலாம். ஒரே தரகர் மூலமும் செய்யலாம். இரண்டு வெவ்வேறு சந்தைகளில் எல்லா நேரமும் ஒரே விலை இருக்காது. சாமர்த்தியம் இருந்தால், இரண்டிலும் வாங்கி விற்கலாம். அங்கே வாங்கி, இங்கே விற்கலாம். பின்பு இரண்டு சந்தைகளிலும் அன்றன்றைக்கே சாதகமான விலைகளில் நேர் செய்து கொள்ளலாம். இது இண்ட்ரா டேவுக்குப் பொருந்தும் அளவுக்கு, பொசிஷன் டிரேடிங்குக்குப் பொருந்தாது.

ஒரே பங்குச் சந்தைதான். ஆனால் இருவேறு தளங்கள். ஒன்று கேஷ் மார்க்கெட். மற்றது F&O. இரண்டிலும் விலை வித்தியாசங் கள் உண்டு. சிலவற்றில் கணிசமான அளவுகூட இருக்கும்.

உதாரணத்துக்கு 18-5-2009 அன்று 'பேட்டா இந்தியா' பங்கு தேசியப் பங்குச் சந்தையின் கேஷ் மார்க்கெட்டில் ரூ. 129.50. அதே தினம் F&O மார்க்கெட்டில் 139.00 - அதாவது 7.34% கூடுதல். ஃபியூச்சர்ஸில் விற்கலாம். கேஷ் மார்க்கெட்டில் அதே அளவு டெலிவரி எடுத்துக் கொள்ளலாம். எப்படியும் F&O முடிவுறும் மாத இறுதியில் இரண்டு விலைகளும் ஒன்றாகியே தீரும். அப்படியாக, நமக்கு பங்குக்கு ரூ. 10 லாபம். இதுதான் ஆர்பிட் ரேஜ் டிரேடிங்.

ஆப்ஷன்ஸ்

பங்குகளை கேஷ் மார்க்கெட் மற்றும் ஃபியூச்சர்ஸ் மார்க்கெட்டில் வாங்கி விற்பது போல, ஆப்ஷன்களையும் (கூடுதல் விவரங்களுக்கு: அள்ள அள்ளப் பணம் 3) வாங்கலாம், விற்கலாம். இதிலும் கணிசமான லாபங்கள் (நட்டங்களும்தான்) பார்க்கலாம். ஆப்ஷனில் நல்ல அளவு வர்த்தகங்கள் நடக்கின்றன. ஃபியூச்சர்ஸில் உள்ள எல்லாப் பங்குகளுக்கும் ஆப்ஷன்ஸ் உண்டு என்றாலும், சிலவற்றுக்குத்தான் (வெங் காயம், தக்காளி, உருளைக் கிழங்கு போல) எப்போதும் மவுசு. நிறைய வர்த்தகம் நடக்கும்.

ஃபியூச்சர்ஸ் கேஷ் மார்க்கெட்டில் வாங்கும் பங்குகளின் விலை கள் குறைந்துவிட்டால், 'சரி இருக்கட்டும், பெரிய நட்டத்தை

கையில் பிடிக்க வேண்டாம்' என்று டெலிவரி எடுத்து வைத்துக் கொள்ள முடியும். ஃபியூச்சர்ஸிலும் எத்தனை மாதங்களுக்கு வேண்டுமானாலும் தொடர்ந்து ரோல் ஓவர் செய்யலாம்.

ஆனால் ஆப்ஷன்கள் கதையே வேறு. அவற்றின் வாழ்வு ஒரே மாதம்தான். அதுவும் கடைசி வாரம் அல்லது 10 நாள்கள்தான் எனும்போது, மாத முடிவில் முதுமை வந்து வலுவிழந்து இறுதி நாளில் காற்றில் கலந்த கற்பூரமாக ஒன்றும் இல்லாமல் போய்விடும். அதனால் இதன் டிரேடிங்கில் பார்த்து கவனமாக நுழைவது நல்லது.

ஸ்டிராடில் (Straddle)

இது ஒரு வகையான சாமர்த்தியமான வர்த்தக விளையாட்டு. கபடி விளையாடும்போது, ஒருவர் எதிரணியினரின் கூட்டத்துக் குள் 'கபடி கபடி' என்று பாடியவடி வருவார். அவரை ஏறிவர விடமாட்டார்கள். ஒருவருடன் ஒருவர் முதுகுப்பக்கம் கை கோர்த்துக் கொண்டு ஒரு சங்கிலி போல இப்படியும் அப்படியும் நகர்வார்கள். அவரை ஏறவிடாதது மட்டுமல்ல, பாடி வருபவர் திரும்பிச் செல்ல எத்தனித்தாலும், அவரை விடமாட்டார்கள். இவர்கள் முன்னேறிப் பிடிக்கப் போவார்கள்.

மொத்தத்தில் எதிராளியை ஒரு குறிப்பிட்ட அளவான இடத்துக் குள் மடக்கி நிறுத்தவும், பின்பு பிடிக்கவும் பார்ப்பார்கள். அதேபோலத்தான் இங்கேயும்.

கால் ஆப்ஷன் என்றால் அந்தப் பங்கின் விலை உயரும் என்ற யோசனை. புட் ஆப்ஷன் என்றால் விலை இறங்கும் என்ற யோசனை. ஒன்று அதை வாங்க வேண்டும் அல்லது இதை வாங்க வேண்டும். என்ன ஆகும் என்று எதிர்பார்க்கிறோமோ அதற்கு ஏற்றபடி.

இந்த ஸ்டிராடில் உத்தி செய்பவர்கள் இரண்டையும் வாங்கு வார்கள். உயர்வது எனும் கால் ஆப்ஷனை ஒரு ஸ்டிரைக் பிரை ஸில். இறங்கும் என்ற புட் ஆப்ஷனை மற்றொரு ஸ்டிரைக் பிரைசில்.

ஆக, விலை ஏறினாலும் இறங்கினாலும், இவர்களுக்கு ஆதாயம் ஏதாவது ஒன்றில் இருந்து கிடைக்கும். மற்றதில் நட்டம் வரும். ஆனால் பல்வேறு வகைகளில் கிடைக்கும் ஆப்ஷன்களை

தேர்ந்தெடுத்து, குறைந்த நட்ட ரிஸ்க், அதிக லாப வாய்ப்பு உள்ளமாதிரிப் பார்த்து வாங்குவார்கள். 'என்ன உயர்ந்தாலும் இதற்கு மேல் போகாது. என்ன விழுந்தாலும் இதற்குக் கீழ் விழாது' என்று அவர்கள் கணிப்பார்கள்.

அத்தி பூத்தாற்போல இந்தக் கணக்குகளும் தவறாகும். கடந்த நாடாளுமன்றத் தேர்தல் முடிவுகளுக்குப் பிறகு பங்குச் சந்தை திறந்து, வர்த்தகம் தொடங்கிய சில வினாடிகளிலேயே, வர்த்தகம் நிறுத்தப்படும் அளவு விலைகள் கடுமையாக உயர்ந்தன என்று முன்பே பார்த்தோம். அடுத்த நாளும் அப்படியே. அந்த நிகழ்வுக்கு முன் இப்படிப்பட்ட சாமர்த்தியம் காட்ட நினைத்தவர்கள் மண்ணைக் கவ்வினார்கள். லட்சம், கோடிகளில் நட்டம். விலைகள் உயர மட்டுமே செய்யும் என்று கால் ஆப்ஷன்ஸ் வாங்கியிருந்தவர்கள் மட்டுமே அது சமயம் பெரிய பணம் பார்த்தார்கள்.

உதாரணத்துக்கு ஒரு ஸ்டிராடில் ஸ்டிராடிஜியைப் பார்க்கலாம். 22.11.2009 அன்று கே.எஸ். பத்ரிநாராயணன் பிசினஸ் லைன் பத்திரிகையில் எழுதியதிலிருந்து ஒரு சிறு பகுதி இங்கே:

'டாடா டெலி சர்வீசஸ் மகாராஷ்டிரா (TTML) பங்குகளின் 27.5 (ஸ்டிரைக் பிரைஸ்) கால் ஆப்ஷன்களையும், அதே ஸ்டிரைக் பிரைஸ் (27.5) புட் ஆப்ஷன்களையும் விற்று வைக்கலாம். (மார்க்கெட் லாட் 10,450.)

கால் ஆப்ஷன் விலை ரூ 0.30 ஆகவும், புட் ஆப்ஷன் விலை ரூ. 1.45 ஆகவும் (அன்றைக்கு) உள்ளது. இந்த உத்தி அதிகபட்சம் இரண்டு நாள்களுக்கே பொருந்தும்.'

5. நிப்டியில் டிரேடிங்

நிப்டி என்பது ஒரு டெரிவேடிவ். அப்படி யென்றால் அது ஒரு சுயம் அல்ல. வேறு சிலவற்றி லிருந்து உருவாக்கப்பட்ட ஒரு பொருள். அதனால் தான் அதன் பெயர், டெரிவேடிவ்.

நிப்டியை வாங்கினால், டிவிடெண்ட் கிடைக்காது. போனஸ் ரைட்ஸ் போன்ற எதுவுமே கிடையாது. அது 50 பங்குகளின் விலை மாற்றத்தினைக் காட்டும் ஒரு குறியீட்டு எண். அவ்வளவுதான்.

அதனை அறிமுகம் செய்தபோது, நாள் ஒன்றுக்கு 100 கோடி ரூபாய்க்கு வர்த்தகம் நடந்தால் அதிகம் என்பதுபோல இருந்திருக்கிறது நிலைமை. ஆனால் தற்போது?

தேசியப் பங்குச் சந்தையில் நாள் ஒன்றுக்கு நடக்கும் சராசரி வியாபாரங்கள் வருமாறு (நவம்பர் 2009).

கேஷ் மார்கெட் (பங்குகள்): 16,300 கோடி ரூபாய்

பியூச்சர்ஸ் அண்ட் ஆப்ஷன்ஸ்: 84,000 கோடி ரூபாய் (கேஷ் மார்கெட் போல கிட்டத்தட்ட ஐந்து மடங்கு)

மேற்படி 84 ஆயிரம் கோடி ரூபாயில், நிப்டி மட்டும் எவ்வளவு ரூபாய்க்கு நடக்கிறது தெரியுமா?

நிப்டி ஃப்யூச்சர்ஸ்: 24,000 கோடி ரூபாய்

நிப்டி ஆப்ஷன்ஸ்: 49,000 கோடி ரூபாய்

கிட்டத்தட்ட ஒரு லட்சம் கோடி ரூபாய் வியாபாரத்தில் நிப்டி மட்டுமே 73 ஆயிரம் கோடி ரூபாய்களுக்கு. அதாவது 73% !

இப்படிப்பட்ட நிப்டியை விட்டுவிட்டு ஏன் மற்றவற்றில் வர்த்தகம் செய்யவேண்டும்?

தேசியப் பங்குச் சந்தையில் நாள் ஒன்றுக்கு 75 லட்சம் வர்த்தகங்கள் (டிரேட்கள்) நடக்கின்றனவாம். அதில் எவ்வளவு நிப்டியை ஒட்டி இருக்கும் என்று யூகிக்க முடியாதா என்ன?

ஆக, பங்குச் சந்தை என்றால் அதில் மிகமிக அதிகமாக நடப்பது நிப்டி வியாபாரம்தான்.

டிரேட் செய்பவருக்கு பங்குச் சந்தையில் விலைகள் மேலும் கீழும் நகர்ந்துகொண்டே இருக்கவேண்டும். அவர்கள் அதைத் தான் விரும்புவார்கள். இறங்கும்முன் கண்டுபிடித்து ஷார்ட் அடிப்பது. ஏறும்முன் சரியாக லாங் போவது. இதைத்தான் செய்ய விரும்புவார்கள். அதிக நகர்தல் (மூவ்மெண்ட்) இல்லை என்றால், ‘போரடிக்கிறான்ய்யா’ என்று சலித்துக்கொள் வார்கள். ஆனால் நிப்டி அப்படி விடுவதில்லை. தனிப்பட்ட பங்குகள் தினசரி விலை ஏற, இறங்க முடியாது. ஆனால், நிப்டியால் முடியும்.

டிரேடர்களின் மனத்துக்கு இனிய இந்த நிப்டி ஒவ்வொரு தினமும் ஒவ்வொரு முகம் காட்டும். அது லட்சக்கணக்கானவர் களின் தூரிகைகளால் தீட்டப்படும் ஓர் ஓவியம். தேர் இழுப்பது போல, லட்சக்கணக்கானவர்கள் ஒரே நேரத்தில் இப்படியும் அப்படியும் இழுப்பார்கள். மேல் பக்கம் சிலரும், கீழ்ப்பக்கம் சிலரும் தள்ள முற்படுவார்கள். நாள் முழுக்க மேலே தள்ள முனையும் காளைகளுக்கும் கீழே சாய்க்கத் துடிக்கும் கரடி களுக்கும் தொடர் போராட்டமாகவே இருக்கும். இடையிலே கோடிக்கணக்கான ரூபாய்கள், லாபமும் நட்டமுமாக பங்குத் தரகர்கள் மூலமாக, பங்குச் சந்தை மூலமாக, கை மாறிக்கொண்டே இருக்கும். உதாரணத்துக்கு, அக்டோபர், நவம்பர் 2009 என்கிற இரு மாதங்களில் நிப்டி, தினசரி எவ்வளவு நகர்ந்தது என்று பார்க்கலாம்.

நிப்டி புள்ளிகள் அக்டோபர் 2009					
தேதி	கிழமை	நிப்டி முடிவுற்றது	புள்ளிகள் உயர்வு/இறக்கம்	சதவிகிதம்
1	வியாழன்	5083.4	0.55	-0.01
2	வெள்ளி	-	-	-
3	சனி	-	-	-
4	ஞாயிறு	-	-	-
5	திங்கள்	5003.2	-80.2	-1.58
6	செவ்வாய்	5027.4	24.2	0.48
7	புதன்	4985.7	-41.65	-0.83
8	வியாழன்	55002.25	16.5	0.33
9	வெள்ளி	4945.2	-57.05	-1.14
10	சனி	-	-	-
11	ஞாயிறு	-	-	-
12	திங்கள்	5054.25	109.05	2.21
13	செவ்வாய்	-	-	-
14	புதன்	5118.2	63.95	1.27
15	வியாழன்	5108.85	-9.35	-0.18
16	வெள்ளி	5142.15	33.3	0.65
17	சனி	-	-	-
18	ஞாயிறு	-	-	-
19	திங்கள்	-	-	-
20	செவ்வாய்	5114.45	-27.7	-0.54
21	புதன்	5063.6	-50.85	-0.99
22	வியாழன்	4988.6	-75	-1.48
23	வெள்ளி	4997.05	8.45	0.17
24	சனி	-	-	-
25	ஞாயிறு	-	-	-
26	திங்கள்	4970.9	-26.15	-0.52
27	செவ்வாய்	4846.7	-124.2	-2.5
28	புதன்	4826.15	-20.55	-0.42
29	வியாழன்	4750.55	-75.6	-1.57
30	வெள்ளி	4711.7	-38.85	-0.82
31	சனி	-	-	-

நவம்பர் 2009				
தேதி	கிழமை	நிப்டி முடிவுற்றது	புள்ளிகள் உயர்வு/இறக்கம்	சதவிகிதம்
1	ஞாயிறு	-	-	-
2	திங்கள்	-	-	-
3	செவ்வாய்	4563.9	-147.8	-3.14
4	புதன்	4710.8	146.9	3.22
5	வியாழன்	4765.55	54.75	1.16
6	வெள்ளி	4796.15	30.6	0.64
7	சனி	-	-	-
8	ஞாயிறு	-	-	-
9	திங்கள்	4898.4	102.25	2.13
10	செவ்வாய்	4881.7	-16.7	-0.34
11	புதன்	5003.95	122.25	2.5
12	வியாழன்	-	-	-
13	வெள்ளி	4998.95	-5	-0.1
14	சனி	-	-	-
15	ஞாயிறு	-	-	-
16	திங்கள்	5058.05	59.1	1.18
17	செவ்வாய்	5062.25	4.2	0.08
18	புதன்	5054.7	-7.55	-0.15
19	வியாழன்	4989	-65.7	-1.3
20	வெள்ளி	5052.45	63.45	1.27
21	சனி	-	-	-
22	ஞாயிறு	-	-	-
23	திங்கள்	5103.55	51.1	1.01
24	செவ்வாய்	5090.55	-13	-0.25
25	புதன்	5108.15	17.6	0.35
26	வியாழன்	5005.55	-102.6	-2.01
27	வெள்ளி	4941.75	-63.8	-1.27
28	சனி	-	-	-
29	ஞாயிறு	-	-	-
30	திங்கள்	5032.7	90.95	1.84

இதெல்லாம் நிஜமா? நிப்டி இப்படியெல்லாமா ஆடுகிறது என்று நினைக்கத் தோன்றலாம். இதனை தினம் தினம் அருகிலிருந்து பார்ப்பவர்களுக்கு இந்த மொத்தப் பார்வை கிடைக்காமல் போகலாம்.

இது நிஜமே என்பது, ஏதாவது ஒரு மாதத்தின் நிப்டி தினசரி சார்ட்டைப் பார்த்தால் புரிந்துவிடும். மாதிரிக்கு எடுத்துக் கொள்ளும் மாதம் நவம்பர் 2009. அந்த மாதத்தின் முந்தைய நாளான அக்டோபர் 30-ல் இருந்து பார்க்கலாம்.

அக்டோபர் 30, 2009, வெள்ளி

நாள் முழுக்க நெகட்டிவ்தான். உயர எழும்பிப் போய் முடியாமல், சடாரென்று பெரிய வீழ்ச்சி கண்ட நாள் அது. 4800-ல் வலுவான ரெசிஸ்டென்ஸ். அந்த இடத்தைத் தொட்டதும் விழுந்திருக்கிறது.

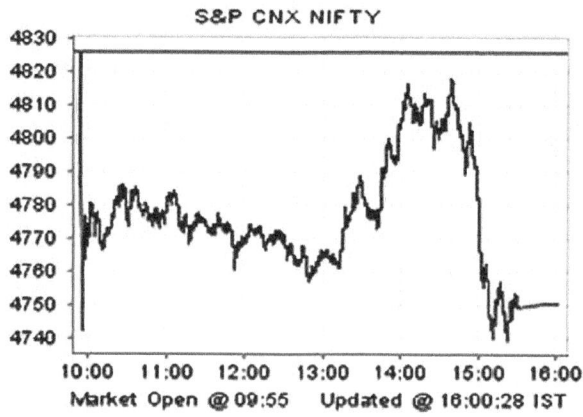

நவம்பர் 3, 2009, செவ்வாய்

தொடக்கத்தில் மேலே போவது போல போக்கு காட்டிவிட்டு, பின்பு, தொடர் சரிவுதான். முடிவிலும்கூட காளைகளால் ஒன்றும் செய்யமுடியவில்லை. உயர்ந்தது எல்லாம் போய் வர்த்தகத்தின் இறுதியில் இழப்பிலேயே முடிந்த நாள்.

4800-க்கு கீழ் வந்ததும் பொல பொலவென்று உதிர்ந்ததுபோல வீழ்ச்சி!

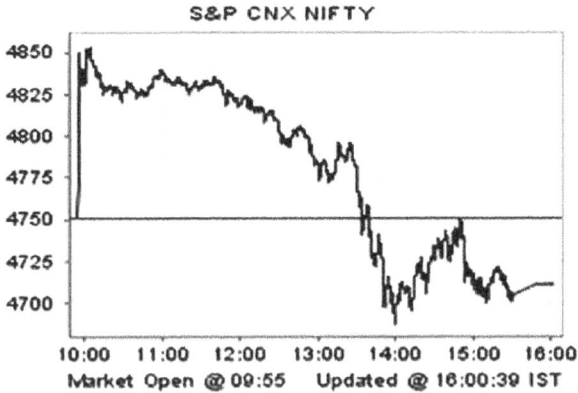

நவம்பர் 4, 2009, புதன்

அடேயப்பா, லாங்க் போனவர்கள் மாட்டினார்கள். *148 புள்ளிகள் (3%) ஒரே நாளில் வீழ்ச்சி. 4711-ல் இருந்து 4563!*

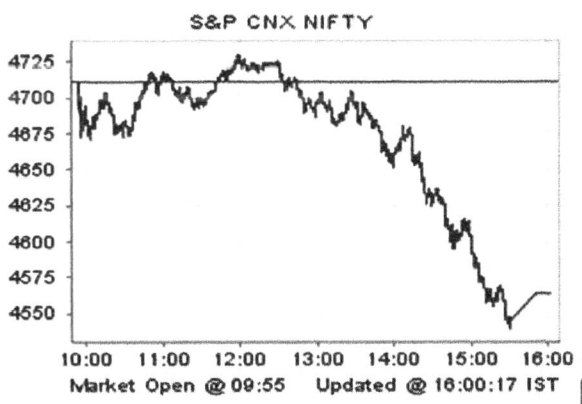

நவம்பர் 5, 2009, வியாழன்

தொடக்கம் கேப் அப் ஓப்பனிங். பின்பு சற்று இறங்குவதுபோல போக்கு காட்டிவிட்டு, பத்தரை மணி முதல் மேலேதான். அப்படியே மேலே மேலே என்று 147 புள்ளிகள் வரை காளைகள்

வலுவாகத் தூக்கிக்கொண்டு போய்விட்டார்கள். தொடக்கத்தில் ஆசிய பங்குச் சந்தைகளும் பின்பு ஐரோப்பிய பங்குச் சந்தைகளும் உயர்வைக் கண்டதாலும், 4580 அருகே நல்ல சப்போர்ட் வந்ததாலும் இது நேர்ந்தது.

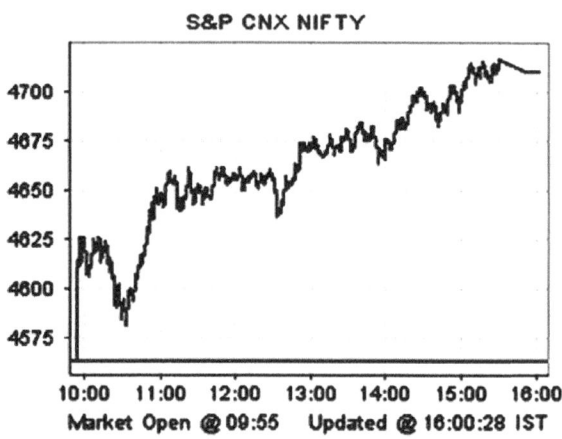

நவம்பர் 6, 2009, வெள்ளி

கேப் உயர்வில் தொடங்கி மேலேயும் கீழேயுமாக நாள் முழுக்க அல்லாடிவிட்டு, பின் சற்றே உயரத்தில் முடிந்த நாள்.

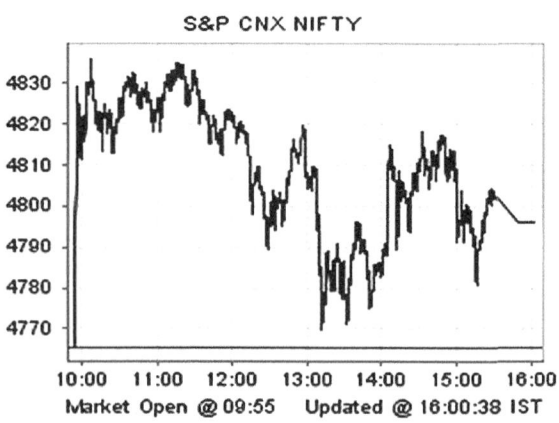

நவம்பர் 9, 2009, திங்கள்

காலையில் சிறிது நேரம்தான் தயக்கம். அதன்பிறகு சுமார் 11.30 மணியிலிருந்து காளைகள் ராக்கெட் போலக் கிளம்பிவிட்டார்கள். Higher Tops and Higher Bottoms அழகாகப் படிபோல அமைத்திருப்பதைப் பார்க்கலாம். மேலே மேலே என்று, குளோசிங் மிகப் பிரமாதமாக இருந்திருக்கிறது. அன்றைய தினம் மட்டும் 102 புள்ளிகள் உயர்வு. 2.21 சதவிகிதம்.

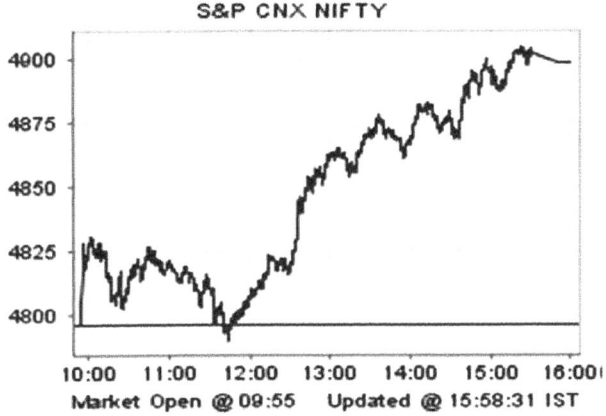

நவம்பர் 10, 2009, செவ்வாய்

முதல் பாதி நேரம் காளைகள். பிற்பகல் கரடிகள். ஐரோப்பிய பங்குச் சந்தைகள் திறந்தபிறகு கை மாறியுள்ளது.

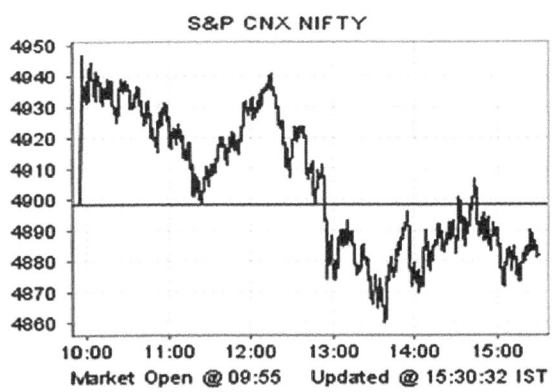

நவம்பர் 13, 2009, வெள்ளி

'உனக்கும் இல்லை, எனக்கும் இல்லை' என்பது போன்ற பிளாட் ஓப்பனிங். பின்பு காளைகள்தான் வெற்றிக்கொடி கட்டியவர்கள்.

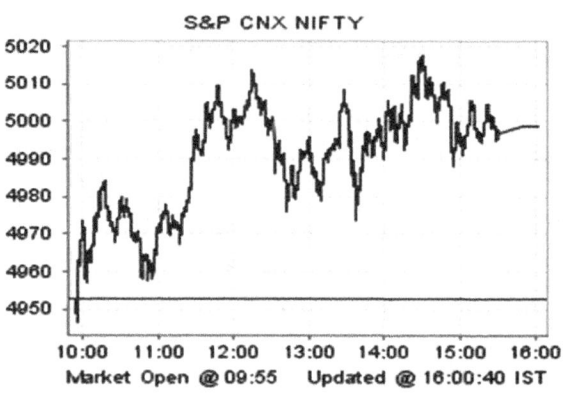

நவம்பர் 16, 2009, திங்கள்

காளைகளின் கொடி பறக்கிறது. தொடக்கமே மேலே. கேப் அப். அதன் பின் இறங்கவே விடவில்லை. (பாவம் கரடிகள்!) 59 புள்ளிகள் உயர்வு.

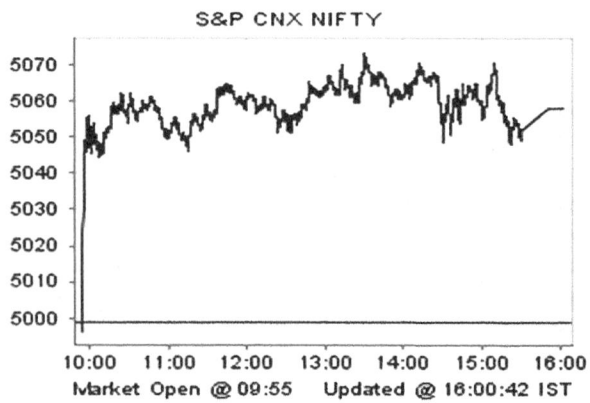

நவம்பர் 17, 2009, செவ்வாய்

கரடிகள் புதிய வலுவோடு வந்திருந்திருக்கிறார்கள். தொடக்கத்தில் இருந்தே நிப்டியை முதல் நாள் முடிவு விலைக்குக் கீழே தள்ளி தண்ணீருக்கு கீழேயே வைத்திருந்திருக்கிறார்கள். கடும் போராட்டத்துக்குப் பிறகுதான், அதுவும் மதியம் 2 மணிக்கு மேல்தான் காளைகளால் நிப்டியை மீட்டெடுக்க முடிந்திருக்கிறது.

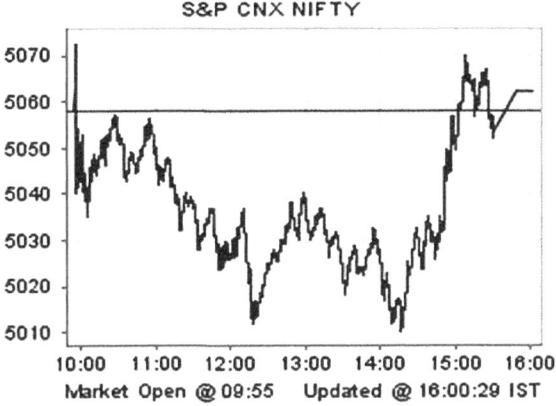

நவம்பர் 18, 2009, புதன்

காளைகளுக்கும் கரடிகளுக்கும் இடையே மீண்டும் 'நீயா நானா?' போராட்டம். 50 புள்ளிகளுக்குள் அப்படியும் இப்படியுமாகத் தள்ளுமுள்ளு நடந்து, இறுதியில் கரடிகளுக்கே வெற்றி கிடைத்த நாள்.

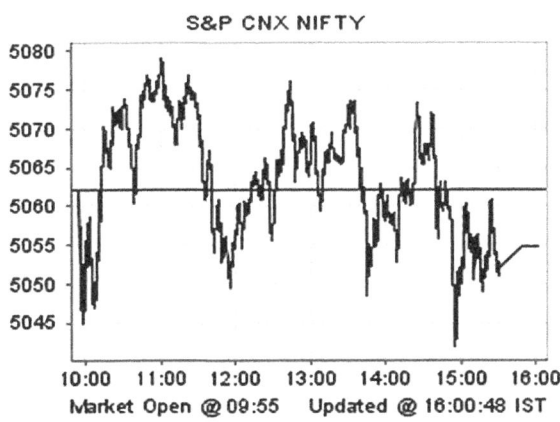

நவம்பர் 19, 2009, வியாழன்

கடைசி வரை ரெக்கவரியே வராத நாள். 5000 என்கிற முக்கியமான எல்லையில் நடந்த போர் இது. காளைகள் தோல்விமுகம்.

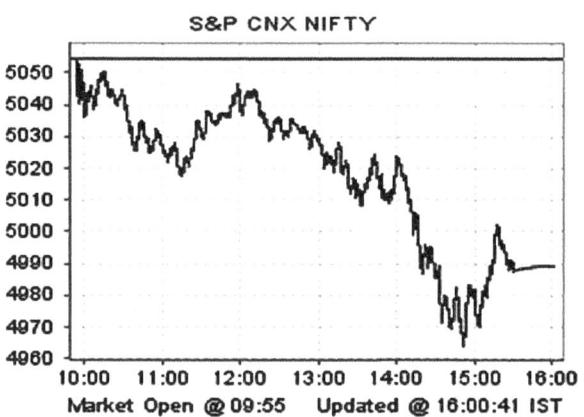

நவம்பர் 20, 2009, வெள்ளி

காலை முதல் இறக்கம்தான். ஆனால் டெக்னிக்கல் சப்போர்ட் இடத்தினை நிப்டி தொட்டவுடன் ஸ்பிரிங்கில் பட்டதுபோல குதித்துக் கிளம்பியிருக்கிறது. நல்ல சப்போர்ட் அங்கே.

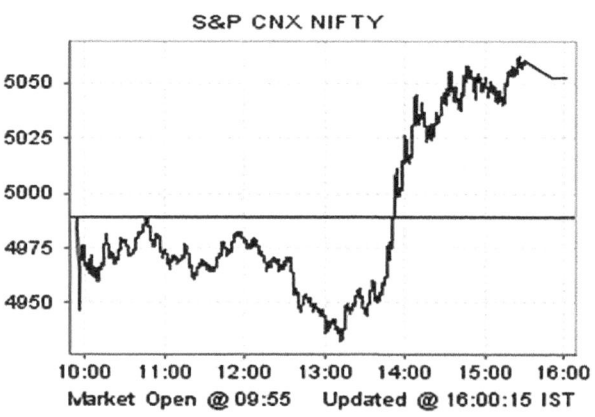

நவம்பர் 23, 2009, திங்கள்

கேப் அப் தொடக்கம். பின்பு அப்படியே போய், மீண்டும் ஒரு எவ்வு. அடுத்த உயரத்துக்கு. கரடிகள் வேடிக்கைதான் பார்த்துக் கொண்டிருந்திருப்பார்கள் போல.

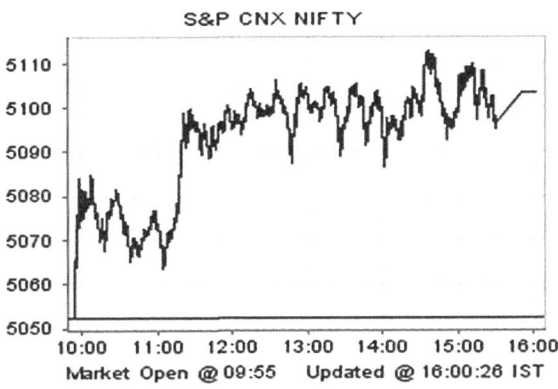

நவம்பர் 24, 2009, செவ்வாய்

தொடக்கத்தில் பெயருக்குக் கொஞ்சம் உயர்ந்துவிட்டு, எல்லைக் கோட்டினை ஒட்டியே உலாவி விட்டு, பின்பு அடித்து இறக்கப் பட்டு, அதில் இருந்து மீண்டு, உயர்ந்து, பழைய நிலைக்கே வந்தபிறகு, கடைசி நேரத்தில் கரடிகள் நிப்டியைக் கீழே தள்ளிய நாள்.

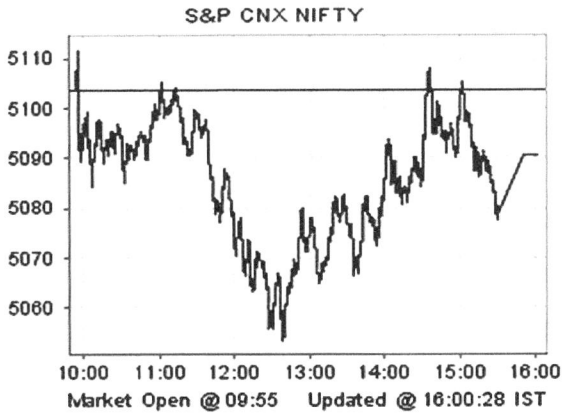

நவம்பர் 25, 2009, புதன்

தொடக்கத்தில் இருந்தே எழுச்சி. மதியம் 2 மணிக்கு மேல் தளர்வு. ஆனாலும் முதல் நாளைவிட உயர்வில் முடிந்த தினம். 5100 என்கிற எல்லைப் போராட்டம். காளைகளால் முன்னேற முடியவில்லை.

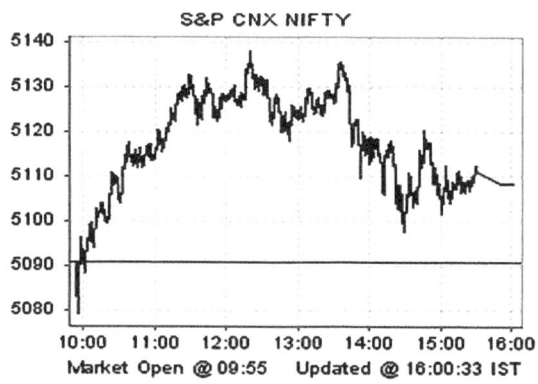

நவம்பர் 26, 2009, வியாழன்

தொடக்கம் முதலே இருதரப்பிலும் கடுமையான போட்டி. (F&O முடிவு தினம் - மாதத்தின் கடைசி வியாழன்). மெல்ல மெல்ல கரடிகள் கை ஓங்கி, மதியம் 2 மணி வாக்கில் காளைகள் கை வெகுவாகத் தளர்ந்து, 5100-ல் இருந்து மீண்டும் 5000 வந்த நாள்.

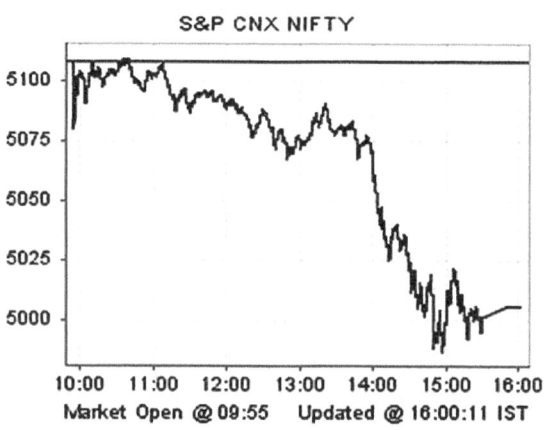

நவம்பர் 27,2009, வெள்ளி

தொடக்கமே கேப் டவுன்தான் (துபாய் வேர்ல்ட் நிறுவனம் தொடர்பான தகவல் வந்த நாள்). *5000*-ல் இருந்து *4900* வந்தாகிவிட்டது. ஒரு கட்டத்தில் *4800* அருகே கூட வந்தாயிற்று. அங்கிருந்து காளைகள் திடீரென அதிரடித் தாக்குதல் நிகழ்த்தி இழந்த பகுதியில் கணிசமானவற்றை மீட்டு, இறுதியில் *4950* அருகே முடித்த நாள்.

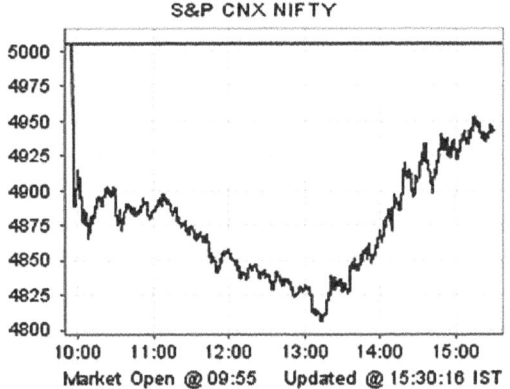

நவம்பர் 30,2009, திங்கள்

'துபாய் பிரச்னையா? அதனால் எங்களுக்கு ஒன்றும் இல்லையே!' என்பது போல நிப்டி, தொடக்கத்திலேயே கேப் அப் ஓப்பனிங். அங்கிருந்து மேலும் மேலேதான். காரணம், ஜூலை-செப். காலாண்டின் (Q2) GDP அளவு 7.9% என்கிற தகவல் வந்ததுதான். காளைகளின் மகிழ்ச்சிக்குக் கேட்கவா வேண்டும்? அன்று வர்த்தக நேரம் முழுவதும் பறந்தது காளைகளின் கொடிதான்!

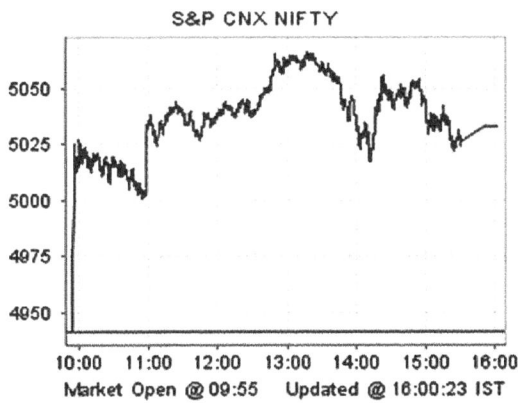

பத்தொன்பது நாள்களில் நிப்டி சுமார் 275 புள்ளிகள் உயர்ந்திருக்கிறது. ஆனால், அது சாதாரணமாகவா, நேர்கோட்டிலா நடந்திருக்கிறது? எவ்வளவு ஆட்டம்! அது ஆடியதா? ஆட்டுவிக்கப்பட்டதா? எதுவானால் என்ன? அவ்வளவு ஆட்டமும் நகர்தல்களும் எவ்வளவோ பேர்களுக்கு பணம். சிலருக்கு லாபமாக, சிலருக்கு நட்டமாக. அதுதான் தகவல்.

ஏன் நிப்டி டிரேடிங் சிறந்தது?

டிரேடிங்தான் செய்ய முடிவு செய்திருக்கிறோம் என்றால் நிப்டி மட்டுமேகூட டிரேடிங் செய்பவர்களுக்குப் போதும். ஏன் என்பதற்குப் பல்வேறு காரணங்களைச் சொல்லலாம்.

1. ஒவ்வொரு நாளும் அதிகப்படியான ஏற்ற இறக்கங்களை காணும் ஒன்று நிப்டி. எல்லாப் பங்குகளும் எல்லா நாள்களும் இப்படி ஏறியும் இறங்கியும் வர்த்தகர்களுக்கு வாய்ப்பு கொடுக்காது. அவை சார்ந்திருக்கும் துறைகள், அந்த நிறுவனத்துக்கான சாதக பாதகமான செய்திகள் (வரிகள், போட்டியாளர்கள், அரசு அறிவிப்புகள்), அந்த நிறுவனம் செய்யும் அறிவிப்புகள் (புதிய வியாபாரங்கள், கண்டு பிடிப்புகள், லாபங்கள்/நட்டங்கள், ஒப்பந்தங்கள்), வழங்குகிற ஆதாயங்கள் (டிவிடெண்ட், போனஸ், ஸ்டாக் ஸ்பிலிட்), அந்த நிறுவனப் பங்கின் டெக்னிக்கல் நிலைமை (ஓவர் சோல்டு, ஓவர் பாட், மூவிங் ஆவரேஜ்கள்) போன்ற வற்றைப் பொருத்து, விலைகள் கூடும் அல்லது குறையும். ஆனால் வருடம் 365 நாளும் அப்படி ஒவ்வொரு பங்குக்கும் அல்லது எந்த ஒரு பங்குக்கும் ஏதாவது நிகழும் என்று சொல்ல முடியாது.

ஆனால் நிப்டி அப்படியில்லை. யார் வீட்டில் கல்யாணம் என்றாலும் இவர் மார்பில் சந்தனம் இருக்கும். நிப்டியின் பட்டியலில் உள்ள 50 நிறுவனங்களில், எந்த நிறுவனத்தின் செய்திக்கும் நிப்டியில் தாக்கம் உண்டு. ஏதாவது சில நிறுவனங்களில் தினசரியே செய்திகள் இருக்கும். வங்கிப் பங்குகள், பொதுத்துறைப் பங்குகள், தகவல் தொழில்நுட்ப நிறுவனப் பங்குகள், கட்டுமானத்துறை, மருந்துத் துறை, எண்ணெய் சுத்திகரிப்புத் துறை என்று ஏதாவது ஒரு துறை அல்லது பங்குக்கான செய்திகள் இருக்க, அந்தப் பங்கு விலை நகர, நிப்டியும் நகரும்.

ஆக, நிப்டியில் விலை நகர்த்தல் தினசரியே உண்டு. அதனால், அதில் ஏதாவது செய்ய முடியும்.

2. நிப்டி என்பது ஒரு பொதுவான 'பங்கு' போல. அதனை எவரும் வாங்கலாம், விற்கலாம். மிகப்பெரிய நிதி அமைப்புகள் (FII, DIIs) முதல், HNI,சிறு முதலீட்டாளர்கள் வரை பலரும் அதை வாங்குகிறார்கள், விற்கிறார்கள். அதனால், அதில் நடக்கிற வால்யூம் மிக அதிகம். ஒரு மாதத்தில் நடக்கிற வால்யூம், ஒரு தினத்தில் நடக்கும் வர்த்தகங்களின் எண்ணிக்கை எல்லம் மிக அதிகம் என்பதை முன்பே பார்த்தோம்.

3. மிக அதிக எண்ணிக்கையில், மிக அதிகமானவர்களால் வாங்கி விற்கப்படுவதால், நிப்டி விற்பனையில் perfect market condition இருக்கிறது. மார்க்கெட், சந்தை என்றால், வாங்குவோரும் விற்போரும் சேர்ந்து ஒப்புக்கொள்ளும் விலை நடக்கும் இடம் என்று பொருள். எந்தத் தனி நிறுவனங்களோ, குழுக்களோ அல்லது மனிதர்களோ, விலையைச் செயற்கையாக உயர்த்தவோ இறக்கவோ முடியாது. உடனடியாக மற்றவர்கள் பாய்ந்து அதனைச் சரி செய்து விடுவார்கள். அதனால் தைரியமாக இறங்கலாம். உள்ளே சூது ஏதும் இருக்காது. தெரிவதுதான் உண்மை. உள்ளே வேறு ஏதுமில்லை. அதேபோன்ற நிலைமை தனி நிறுவனப் பங்கு விலைகளில் இருக்கும் என்று சொல்ல முடியாது. குறிப்பாக எல்லாப் பங்குகளும் அப்படி என்று சொல்லவே முடியாது.

4. நிப்டியின் மார்க்கெட் லாட் தற்சமயம் (ஜுன் 2016) 75-தான். நிப்டியின் ஒரு பங்கு ரூ.8200 என்று இருக்கிற நிலையில், 75 நிப்டியின் விலை 6,15,000 ரூபாய்தான். அதனை ஃபியூச்சர்ஸில் வாங்குவதற்கு மார்ஜின் பணம் ரூபாய் சுமார் 67,000தான் (இது நிலைமையைப் பொறுத்து அடிக்கடி மாறும்). சாதா நிப்டி தவிர, மினி நிப்டி என்று ஒன்று இருந்தது. அதில் லாட் குறைவாக இருக்கும். இப்போது அது இல்லை, எடுத்துவிட்டார்கள்.

5. பலராலும் செய்யப்படுவதால், தற்போதைய (கரண்ட், நியர்), அடுத்த (நெக்ஸ்ட்) மற்றும் தூர (ஃபார்) மாத காண்டிராக்டுகள் எல்லாவற்றிலுமே நல்ல வியாபாரம்

இருக்கும். விலைகளில் பெரிய வேறுபாடுகள் இருக்காது. நிப்டியை வாங்க ஆளில்லை, விற்க ஆளில்லை அல்லது குறைவு அல்லது வாங்கவோ விற்கவோ முடியாத நிலை ஏற்பட்டுவிடும் என்கிற நிலை வரவே வராது. Highly liquid கவுண்டர் நிப்டி.

6. பல தரகு நிறுவனங்கள் நிப்டிக்கு என்றே ஒரு நிலையான (வழக்கத்தைவிடக் குறைவான) புரோக்கரேஜ் வாங்கு கிறார்கள்.

7. பல நிறுவனங்களின் பங்குகள் F&O-வில் இருந்து வெளி யேற்றப்படலாம். அப்படிப்பட்ட ஒரு நிலை நிப்டிக்கு வரவே வராது.

8. நிப்டியினை மிக அதிக எண்ணிக்கையிலானவர்களும், பங்குச் சந்தையில் அனுபவம் உள்ளவர்களும் செய்வதால், அதன் நகர்தல் 'சார்ட்' விதிகளின்படி இருக்கும். அதனால் டெக்னிக்கல் அனலிஸ்ட்டுகளால் அதன் போக்கைச் சரியாகக் கணிக்க முடியும்.

9. சென்செக்ஸ் போல நிப்டியும் தேசத்தின் ஒரு அடையாளம். அதன் எண்ணிக்கை உயர்வு தாழ்வு, பல முக்கியஸ்தர் களாலும் கவனிக்கப்படுகிறது.

10. நிப்டி பற்றிய தகவல்கள் சுலபமாக எல்லாப் பங்குத் தரகு தொடர்பான இணையத் தளங்களிலும் கிடைக்கும்.

11. நிப்டி, சிங்கப்பூர் பங்குச் சந்தையிலும் டிரேட் ஆவதாலும், சிங்கப்பூர் பங்குச் சந்தை, இந்திய பங்குச் சந்தைக்கு சில மணி நேரங்கள் முன்னதாகவே (இந்திய நேரப்படி) தற்சமயம் தொடங்குவதாலும், நம் பங்குச் சந்தையின் வர்த்தகத்துக்குத் திறக்கப்படுவதற்கு முன்பே நிப்டியில் என்ன நடக்க இருக்கிறது என்று தெரிந்துகொள்ள முடியும்.

12. கேஷ் மார்க்கெட்டில் பங்குகள் வைத்திருப்பவர்கள், ஒரு பாதுகாப்புக்காக, நிப்டியில் பொசிஷன் எடுக்கிறார்கள். அதனால், ஹெட்ஜிங் தேவைகளுக்கும் நிப்டி பயன் படுகிறது.

13. நிப்டி ஃபியூச்சர்ஸில் மட்டுமல்ல, ஆப்ஷனிலும் இருக் கிறது. பல்வேறு எதிர்பார்க்கும் விலைகளில் (ஸ்டிரைக்

பிரைஸ்களில்) பலரும் நிப்டி ஆப்ஷன்களை (கால் அல்லது புட் ஆப்ஷன்ஸ்) வாங்குகிறார்கள் அல்லது விற்கிறார்கள். இங்கே ஃபியூச்சர்ஸைக் காட்டிலும் நல்ல வால்யூம் இருக்கிறது. ஃபியூச்சர்ஸைவிடக் குறைவான பணத்தில், இங்கே டிரேட் செய்ய முடியும்.

14. கேஷ் மார்க்கெட்டில் உள்ள பங்குகளுக்கு உள்ளது போல, நிப்டிக்கும் ஒரு நாளில் இவ்வளவுதான் உயரவோ, விழவோ முடியும் என்கிற தடைகள் (சர்க்யூட் பிரேக்கர்ஸ்) உண்டு. முதலில் 10 சதவிகிதம்தான். மதியத்துக்கு முன்பாகவே இது நிகழ்ந்தால் மட்டுமே மீண்டும் அன்றைக்கு பங்குச் சந்தை வர்த்தகம் தொடரும். இல்லாவிட்டால் மறுநாள்தான். முற்பகலே 10 சதவிகிதம் சில மணி நேரங்கள் இடைவெளி கொடுத்து நிகழ்ந்து விட்டால், மீண்டும் திறப்பார்கள். அப்போது இன்னொரு 10 சதவிகிதம்தான் உயர/விழ முடியும். அதற்கு மேல் கிடையாது.

ஆனால் ஃபியூச்சர்ஸில் உள்ள பங்குகள் வேறு எதற்கும் இந்தச் சலுகை கிடையாது. எல்லாம் Top & Bottom Open தான். எவ்வளவு வேண்டுமானாலும் உயரலாம். இறங்கவும் செய்யலாம். இது சமயத்தில், அதுவும் ஸ்டாப் லாஸ் போடத் தவறிய டிரேடர்களுக்கு, பெரிய ஆபத்து.

டிரேடிங்தான் செய்வேன் என்று உறுதியாக இருப்பவர்களுக்கு நிப்டி ஒரு நல்ல வாய்ப்பு.

6. டெக்னிக்கல் அனாலிசிஸ்

'எங்காத்துக்காரரும் கச்சேரிக்குப் போறார்' என்று ஒரு பழமொழியைக் கேள்விப்பட்டிருப்பீர்கள். 'பெயருக்குத்தான் வக்கீல். தினமும் கோர்ட்டுக்குப் போகிறாரே ஒழிய வருமானம் ஏதும் வருவதில்லை' என்பதுதான் அதன் பொருள். பங்குச் சந்தையில் அதிக விவரம் தெரியாமல், டிரேட் செய்பவர்களுக்கும் இப்படி 'கச்சேரிக்கு செல்பவர்களுக்கும்' வேறுபாடில்லை. இவர்களும் நிறைய வர்த்தகம் செய்வார்கள். பலன் ஏதும் இருக்காது. பாதகம் வேண்டுமானால் இருக்கும்.

முன்பே ஊகங்கள், கணிப்புகள் பற்றி பார்த்தோம். Unverified assumption என்று புள்ளியியலில் ஒன்றைப் பற்றிச் சொல்வார்கள். அதாவது 'பரீட்சித்துப்பார்க்காத கூற்று'. நான் சின்னப் பிள்ளையாக இருந்தபோது என் பாட்டி ஒன்றைச் சொல்லிக் கேள்விப்பட்டிருக்கிறேன். இடி விழுந்தவுடன், விழுந்த இடத்தில் மாட்டு சாணத்தைத் தூக்கிப் போட்டால் அது அப்படியே வெள்ளியாகி விடுமாம்! கண்களை விரித்துக்கொண்டு, ஆ! என்று வாயைப் பிளந்துகொண்டு அதைக் கேட்டிருக்கிறேன்.

கேப்பையில் நெய் வடிகிறது என்பதற்கும், இடியின் மீது சாணம் எறிவதற்கும் பெரிய வேறுபாடில்லை என்று தெரிகிறது. ஆனால் அனுபவமோ, தொடர்பான கற்றலோ இல்லாமல் பலரும் இந்தப் பங்கு இப்படி விலையேறும், இனி இறங்கும் என்கிறார்களே அவற்றுக்கும் இடியின்மீது சாணம் இடுவதற்கும்கூட வேறுபாடுகள் இல்லை. எல்லாம் அனுமானங்கள்.

1980-களில் நான் பங்குச் சந்தைக்குள் நுழைந்து ஒரு சிலமாதங்கள் தான் ஆகியிருந்தன. ஆர்க்கே சில்க் மில்ஸ் (Orkay Silk Mills) என்று ஒரு பங்கு. இப்போதைய RNRL, R.Com, DLF போன்ற ஒரு மொமெண்டம் பங்கு. மார்க்கெட் எட்டடி பாய்ந்தால் (பாய்ந்தால் என்ன பாய்ந்தால்! அதற்கு முன்பாகவே) ஆர்க்கே சில்க் மில்ஸ் பதினாறு அடி பாயும். அப்படிப்பட்ட ஒரு பங்கு.

நான் அதில் நூறு பங்குகள் வாங்கினேன். காரணம், அது நான் வாங்குவதற்கு சில நாள்கள் முன்பில் இருந்து மடமடவென விலை உயர்ந்திருந்தது. அதே நேரம், அது அப்படிப் போகும், இப்படிப் போகும் என்று செய்திகளும் வந்தன. (அப்போதெல்லாம் தொலைக்காட்சிகள் கிடையாது. ஆனால், மணி, பிராபிட், புல்ஸ் ஐ போன்ற இதழ்கள் இருந்தன.) ஆர்க்கே சில்க் மில்ஸ் பங்குகளை வாங்கிவிட்டேன். அதன்பிறகு, அதன் விலை தொடர்ந்து 2 நாள்களுக்கு இறங்கியது (நமக்கு இது வழக்கம் தானே!) என் தந்தையிடம் கேட்டேன். அவர் சொன்னார், 'நாலு நாள்களாக விலை உயர்ந்திருக்கிறதல்லவா. அதனால்தான். கொஞ்சம் இளைப்பாறுகிறது.' அவர் சொன்னது ஏற்புடையதாக இருந்தது. மனத்தில் நன்கு பதிந்தும் விட்டது. தொடர்ந்து ஏறுகிற பங்கு விலைகள் எல்லாம், நிலைமை நன்றாகவே இருந்தாலும் விலை சற்று இறங்கவே செய்யும் என்பதுதான் நான் பெற்ற பாடம்.

அதுவரை, அந்தக் கற்றல்வரை சரிதான். அது ஒரு பொது அறிவு. ஆனால் எவ்வளவு நாள்கள் அல்லது என்ன அளவு (%) விலை உயர்ந்தபிறகு அப்படி இறங்கும்? எவ்வளவு தூரம் இறங்கும்? இவற்றை உறுதியாகத் தெரிந்துகொள்ள முடியாத நிலையில் தான் இருந்தேன்.

உடம்பு சுடுகிறது என்று தொட்டுப் பார்த்தாலே தெரியும். ஆனால் என்ன டெம்ப்ரேச்சர் என்று துல்லியமாகத் தெரிந்தால் நன்றாக

இருக்குமே! எதனால் டெம்ப்ரேச்சர் என்றும் தெரிந்தால், எவ்வளவு நாளில் குணமாக்கலாம் என்றும் தெரியுமே!

அப்படித் தெரிவிக்கும் மானிகள்தான் டெக்னிக்கல் அனாலிசிஸ் என்பதைப் பின்னால்தான் தெரிந்து கொண்டேன். வேவ் தியரி சொல்கிறது, 'ஏறுமுகத்திலும் பங்குகள் இறங்கும். இறங்கி இறங்கித்தான் உயரும். ஐந்துக்கு மூன்று என்கிற விகிதத்தில் ஏற்றத்தாழ்வுகள் இருக்கும்.'

அதேபோல என்றைக்கு உயரும் அல்லது இறங்கும், எப்போது டிரண்ட் மாறும் என்பதையெல்லாம் கேண்டில்கள் மிகச் சரி யாகவே காட்டும். பெரிய தொகையை வைத்து டிரேட் செய்பவர் களுக்கு இந்தத் தகவல்கள் எவ்வளவு முக்கியமானவை!

ஜிண்டால் சவுத் வெஸ்ட் ஹோல்டிங்ஸ் என்று ஒரு பங்கு. 2009 ஆகஸ்ட் மாதம் அதன் விலை ரூ. 635. நவம்பர் 2009-ல் அதன் விலை ரூ. 2000. 635-ல் இருந்து நகர்ந்தபோது சில தினங்கள் 20% கூட உயர்ந்தன. இருபது சதவிகிதம் என்றால் 127 ரூபாய். ஒரே நாளில்! நூறு பங்குகள் வாங்கி விற்றிருந்தால் கூட ரூ. 12,700 லாபம்.

அடுத்த நாள் 14%, பின்பு 6%. டிரேட் செய்பவர் என்ன செய்வார்? நூறா வாங்குவார்? அல்லது வாங்கியதை இண்ட்ரா டே ஆக விற்பாரா? அல்லது வாங்கியதை விற்காமல், மேலும் வாங்கிச் சேர்ப்பாரா? அவர் எதுவும் செய்யலாம்.

ஆனால் பங்கு விலை அவர் என்ன செய்கிறார் என்று யோசிக் காது. அது அதன் போக்கில் ஏறும் அல்லது இறங்கும் (இறங்கி யது). சக்திக்கு மீறி ஒன்றிரண்டு நாள்களில் விற்று விடலாம் என்று நினைத்து வைத்திருந்தவர் கதி! சிரமம்தான்.

எப்போது இறங்கும், ஏறும் என்று சரியாகத் தெரிந்தால் எவ் வளவோ நட்டங்களைத் தவிர்க்கலாம். எவ்வளவோ லாபங்கள் பார்க்கலாம். சரியாகத் தெரியவேண்டும். தெரிவிப்பவை கேண்டில்கள் எனப்படும் ஒரு டெக்னிக்கல் இண்டிகேட்டர்.

கேண்டில்களில், **'ஹேமர் அட் த பாட்டம்'** என்று ஒரு சமிஞ்கை (சிக்னல்). விலைகள் தொடர்ந்து இறங்கிகொண்டிருக்கிறபோது சுத்தியல் விழுந்தால், விலை ஏறப்போகிறது என்பதன் அடை யாளம். அப்படித்தான் சொல்கிறது, ஜப்பானியர்கள் உருவாக்கி பல ஆண்டுகளாகப் பயன்படுத்திவரும் கேண்டில்கள் முறை.

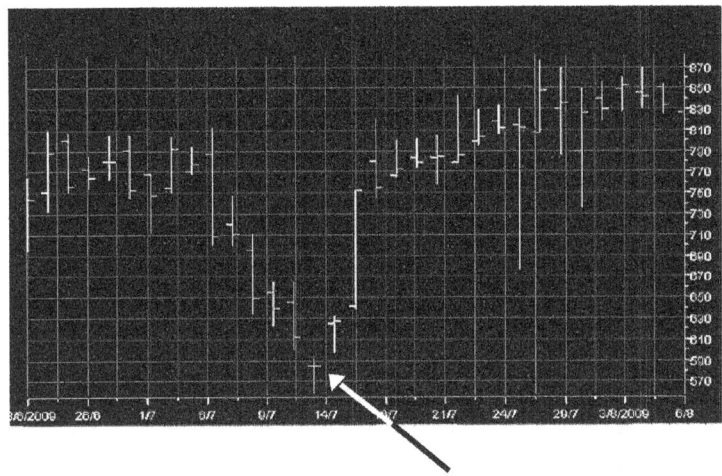

படம்: ஜிண்டால் சவுத் வெஸ்ட் ஹோல்டிங்ஸ்- ஹேமர் அட் த பாட்டம்

படத்தினைப் பார்த்தால் தெரியும், விலை ஏறப்போவதற்கு முன்பாக, ஹேமர் (அம்புக்குறி) விழுந்திருக்கிறது என்பது.

கேண்டில்கள் என்கிற அடுத்த அத்தியாயத்தில் அதைப் பற்றி விரிவாகவே பார்க்கப்போகிறோம். ஜப்பானியர்கள் கேண்டிலை சார்ட்டில் உருவமாக வைத்தன் காரணம், அது ஒளி தந்து வழிகாட்டும் என்பதால்தான்.

தொடர்ந்து விலை ஏறும் பங்குகள் எப்போது பிரேக் போட்டு திரும்பும், யு டர்ன் அடிக்கும் என்பதை (டிரண்ட் ரிவர்சல்) கேண்டில்கள் காட்டிவிடும். எப்போது அதிகம் உயர்ந்திருந்தாலும், இறங்கியிருந்தாலும்கூட, அந்தத் திசையில் பங்கு விலைப் பயணம் தொடரும் என்பதையும் கேண்டில்கள் வெளிச்சம் போட்டுக் காட்டிவிடும். கையில் இருப்பதை விற்று லாபமாக்கிவிடவேண்டாம். ஓடுகிற வண்டியை அதன் போக்கில் விட்டு, லாபத்தை பெருக்கலாம் என்று அதற்குப் பொருள்.

ஷார்ட் அடித்து வைத்திருந்தாலும், அவசரப்பட்டு கவர் செய்து லாபத்தைக் குறைத்துக் கொள்ளவேண்டாம். எல்லோரும் முன்ஜாக்கிரதையாகவோ, பயந்தோ ஒரு நடவடிக்கை எடுக்கையில் நாம் தைரியமாக நிற்கலாம். மாற்று நடவடிக்கையைக்கூட எடுக்கலாம். எல்லோரும் விற்கும்போது வாங்குவது, எல்லோரும் வாங்கும்போது விற்பது என்பது ஒரு உத்தி என்று அள்ள அள்ளப் பணம் 1-ல் பார்த்தோம். அப்படிப்பட்டவர்களுக்கு எது

தைரியம் தருகிறது என்றால் டெக்னிக்கல் அனாலிசிஸ் தவிர வேறு என்ன?

'ஒண்ணும் ஆகாது. தைரியமா வீட்டுக்குக் கூட்டிட்டுப் போங்க. குலோப் ஜாமுன் செய்து கொடுங்கள். சார் சாப்பிடட்டும்' என்று பயப்படுகிற மனைவியிடம் டாக்டர் சொல்வது எப்படி? நாடி சொல்கிறது. ECG-யும் ஸ்கேனும் தகவல் தெரிவிக்கிறது. டாக்டர் சிரித்துக்கொண்டே சொல்கிறார்.

அதுபோன்ற எக்ஸ் ரேதான் இதுவும். பபுள் டாப் உடைகிறதா? 'அடடே! பெரிய ஆபத்தாயிற்றே! விலை இனி அதோகதிதான்' என்று அணை உடைந்தால், ஊருக்குள் வெள்ளம் வருவது உறுதி என்று தெரிந்து சொல்வதைப் போல உறுதியாகச் சொல்கிறார்கள் அனலிஸ்டுகள்.

'இருக்கிற கோட்டை வாசல்களிலேயே மூன்றாம் கட்டு உள் வாசல்தான் வலுவானது. அதை எதிரிப் படை வீரர்கள் உடைத்து உள்ளே வந்துவிட்டால், அதன்பிறகு இரண்டாம் (மதில்) வரை வேகமாகப் பறந்து வருவார்கள்' என்று படைத்தளபதி சொல்லுவது போல, குறிப்பிட்ட ரெசிஸ்டன்சை உடைத்தால் விலை அடுத்த தடுப்பு (R2) வரை உயரும் என்று டெக்னிக்கல் தெரிந்தவர்கள் உறுதியாகச் சொல்வார்கள். ரத்தக் கொதிப்பு குறிப்பிட்ட அளவுக்குமேல் போகாத வரை (உயர் ரத்த அழுத்தம்) அல்லது கீழே போகாத வரை (லோ பி.பி.) பயம் இல்லை என்பது போல 50 நாள் மூவிங் ஆவரேஜ், 100 நாள் மூவிங் ஆவரேஜ், 200 நாள் மூவிங் ஆவரேஜ் எண்களை மதிப்பாகப் பார்ப்பார்கள், ரிசர்ச் அனலிஸ்டுகள்.

கேண்டில்கள் மட்டுமல்ல. டெக்னிக்கல் அனலிஸ்டுகள் இன்னும் எவ்வளவோ வகைவகையாக வைத்திருக்கிறார்கள். பார்ப்பார்கள், சொல்வார்கள். ஊகங்கள் அல்ல, எல்லாம் கணக்குகள். இதில் தவறே வராதா என்று கேட்கலாம். வரும். எப்படி தெரியுமா?

ஜாதகம் பற்றித் தெரிந்திருக்கலாம். ஒருவரது ஜாகதத்தையே பல ஜோதிடர்களும் வெவ்வேறு விதமாகச் சொல்லலாம். தகவல் ஒன்று. அதைப் புரிந்து விளக்குவது வெவ்வேறு மாதிரியாக. இண்டர்பிரடேஷன் என்பார்கள். ரிசர்ச் செய்யும் அனலிஸ்டு

களும் தங்கள் கருத்துக்களில் நிறைய வேறுபடலாம். புரிந்து கொள்ளலில் தவறுகள் நிகழலாம். அனாலிசிஸ் தவறல்ல. அனலிஸ்ட் தவறு!

என் உறவுக்காரர் ஒருவர் பல ஆண்டுகளாக கால் அரிப்பினால் அவதிப்பட்டார். கணுக்காலில் இருந்து முழங்கால் வரை, இரண்டு கால்களிலும் அரிப்பு வந்து, எந்த மருந்துக்கும் மசியாமல், இரண்டு ஆண்டுகளுக்கும் மேலாகப் படுத்தியது. பார்க்காத வைத்தியம் இல்லை.

பலரும் சொல்லக் கேள்விப்பட்டு கடைசியாக சென்னை பூந்தமல்லி நெடுஞ்சாலையில் இருந்த தம்பையா என்ற தோல் மருத்துவரிடம் சென்றார்கள். நெடுநேரம் காத்திருந்து அவரைப் பார்த்தார்கள். உறவினர் சொன்னதையெல்லாம் கேட்டுக் கொண்டே அவர் சில கேள்விகள் கேட்டார். பின் வாயைத் திறக்கச் சொன்னார். டார்ச் அடித்துப் பார்த்துவிட்டு, 'நீங்க ஒரு பல் டாக்டர்கிட்ட போய் உங்கள் சொத்தைப் பல்லைப் பிடுங்கி விட்டு வாருங்கள்' என்றார். 'இவர் என்ன தோல் டாக்டரா? அல்லது பல் டாக்டரா?' என்று யோசித்தபடியே அவரும் கிளம்பிப் போனார். போய் பல்லைப் பிடுங்கிவிட்டு, ஒரு வாரம் கழித்து வரலாமா வேண்டாமா என்று யோசித்தார். காரணம், அவருக்கு அரிக்கவேயில்லை. அட! ஆமாம். அரிப்பு சுத்தமாக நின்று விட்டது.

சொத்தைப் பல்லால்தான் அரிப்பு என்பதை அனுபவம் கலந்த தனது நிதானமான பார்வையால்தான் தம்பையா பார்த்தார். சொன்னார்.

படிப்பு மட்டும் போதாது. படித்தவற்றை ஒன்று சேர்த்துப் புரிந்து கொள்வது, தொடர்பில்லாமல் இருப்பவற்றைத் தொடர்பு படுத்திப் பார்ப்பது என்று எவ்வளவோ இருக்கின்றன. சில அனலிஸ்டுகள் அப்படித்தான்.

திருச்சி பெல் நிறுவனத்தில் சந்திரசேகர் என்று ஒரு மருத்துவர். OHS எனப்படும் ஆக்குபேஷனல் ஹெல்த் சர்வீசஸ் துறையில், தொழிற்சாலைக்குள் அலுவலகம் போட்டு பணி செய்பவர். அவர் அலோபதி (ஆங்கில மருத்துவம்) படித்தவர். ஆனால் சிலருக்கு ஹோமியோபதி மருந்துகளும் பரிந்துரைப்பார். அதுவும் படித்திருக்கிறார். சிலவற்றுக்கு ஹோமியோபதி சரி என்பது அவர் அனுபவம்.

டெக்னிக்கல் அனாலிசிஸை எடுத்துக்கொண்டால், அதிலும் பல்வேறு தியரிகள் இருந்தாலும், ஒவ்வொருவரும் ஒவ்வொன்றில் ஆர்வமும் திறனும் கொண்டிருப்பார்கள். பலவற்றையும் முறையாகச் சேர்த்துப் பார்க்கத் தெரிந்தவர்களின் பலமே தனிதான்.

அப்படிப் பலவாறாக இருக்கும் டெக்னிக்கல் அனாலிசிஸ் முறைகளில் ஒன்று கேண்டில்கள். மிகவும் நம்பத்தகுந்த இண்டி கேட்டர்கள்.

7. கேண்டில்கள்

டெக்னிக்கல் அனாலிசிஸ் என்பது ஒரு வலுவான உபகரணம். மிகச் சிறிய, நுண்ணிய ரத்தநாளங்களையும் திசுக்களையும் கொண்ட மூளையைச் சரியாகப் படமெடுத்து, நடப்பது இதுதான் என்று தெரிவிக்கும் சி.டி. ஸ்கேன் போல, சந்தையில் நடப்பதைப் படமாக்கிக் காட்டுவது, சார்ட்டுகள் மற்றும் கேண்டில்கள்.

விலைகள், வால்யூம் என்கிற இரண்டே இரண்டு தகவல்களின் அடிப்படையில் சார்ட்டுகள் தயாரிக்கலாம். சில கோட்பாடுகளை வைத்து, அடுத்தது என்ன நடக்கும் என்பதைக் கண்டுபிடிக்க முடியும்.

அப்படிக் கண்டுபிடிக்க முடிந்தால், சந்தையில் இயங்கும் பெரும்பான்மையானவர்கள், பேராசை யாலோ, பயத்தாலோ இயங்கிக்கொண்டு இருக்கையில், எந்த ஒரு பங்கோ அல்லது பங்குச் சந்தைக் குறியீடோ சரியாக எந்தத் திசையில் பயணம் செய்யும் என்பதை சிலரால் மட்டும் உறுதியாகச் சொல்ல முடியும்.

காரணம், அவர்கள் இண்டிகேட்டர்களை பார்க்கிறார்கள்.

கேண்டில்கள் அப்படி வெளிச்சம் போட்டுக் காட்டக்கூடிய இண்டிகேட்டர்களில் ஒன்று.

டெக்னிக்கல் அனாலிசிஸின் அடிப்படை என்பது விலைகளும் எண்ணிக்கையும்தான். Price and Quantity என்பார்கள். என்ன விலைக்கு எவ்வளவு வர்த்தகம் ஆகியிருக்கிறது என்று பார்க்க வேண்டும். விலை என்றால் எந்த விலையை எடுத்துக் கொள்வது என்கிற சந்தேகம் வரலாம். காரணம், ஒரே வர்த்தக தினத்தில் எவ் வளவோ விலைகளில் பரிவர்த்தனைகள் நடக்கின்றனவே! உண்மைதான்.

மேற்கத்திய நாடுகளில் அறிமுகமாகிய சார்ட் எனப்படும் வரை படங்களைப் பொருத்தவரை, பகல் முழுக்க என்ன விலைகளில் வர்த்தகம் நடந்தாலும், வர்த்தக நேரமுடிவில் கடைசியாக என்ன விலை நடந்ததோ, அதுதான் கணக்கில் எடுத்துக் கொள்ளப்படும். குளோசிங் பிரைஸ்தான் சார்ட்டில் வரும். காரணம் படத்தில் ஒரு விலையைத்தான் எடுத்துக்கொள்ள வாய்ப்புள்ளது. ஆனால் கேண்டில் ஸ்டிக் முறையில் அந்த சிரமம் இல்லை. விலை என்பதையே பல பகுதிகளாகப் பிரித்து கூடுதல் விவரங்களை எடுத்து வரைந்து பிரதிபலிக்கக் கூடிய அளவில் கேண்டில்கள் வடிவமைத்திருக்கிறார்கள்.

கி.பி. 1700-களில் ஜப்பானில் நடந்த அரிசி வியாபாரத்தில் ஹோம்மா முனேஹிசா (Homma Munehisa) என்பவர் கடைப் பிடித்த வழிமுறைகளே கேண்டில் ஸ்டிக் வழிமுறைகளாகப் பார்க்கப்படுகின்றன.

கேண்டில்கள் பற்றிய அடிப்படை விஷயங்களை சரியாகப் புரிந்துகொள்வது, டெக்னிக்கல் அனாலிசிஸ் செய்வதற்கும், அதன் மூலம் டிரேடிங் செய்வதற்கும் உதவும்.

கேண்டில் ஸ்டிக்குகள் ஒரு விதத்தில் பார் சார்ட்டுடன் தொடர்புடையவை. பார் சார்ட்டுகள் பற்றி உங்களுக்கு ஏற்கெனவே தெரிந்திருக்கலாம். கணிதப் பாடங்களில் படித்திருப்பீர்கள். அதே x-axis, y-axis சார்ட்டுகள்தான். அதோடு ஒப்பிட்டு கேண்டில்கள் பற்றிச் சுலபமாகத் தெரிந்துகொள்ளலாம்.

உதாரணத்துக்கு ஒரு குறிப்பிட்ட பங்கின் விலை 5 தினங்களில் கீழ்க்கண்டவாறு மாறியுள்ளது என்று வைத்துக்கொள்வோம்.

நாள்	தொடக்க விலை ரூ	உச்ச விலை ரூ	குறைந்தபட்ச விலை ரூ	முடிவு விலை ரூ
1	20	30	15	25
2	25	25	10	15
3	30	35	15	20
4	40	45	25	35
5	25	40	25	35

அட்டவணையில் உள்ள தகவல்களை பார் சார்டாக வரைந்தால் இப்படித்தான் இருக்கும்.

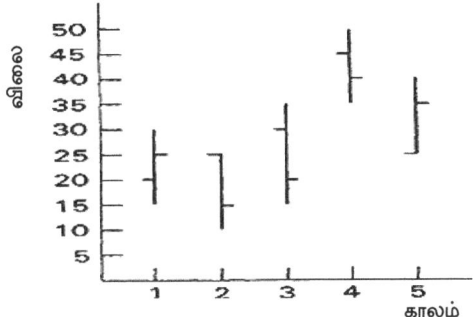

படம்: பார் சார்ட் (Bar Chart)

நேர்கோடுகளின் இருபக்கங்களிலும் சிறு கோடுகள் தெரிகின்றனவே, அவைதான் தொடக்க (ஓப்பனிங்) மற்றும் முடிவு (குளோஸிங்) விலைகள். நேர்கோட்டின் கீழ்முனை நாளின் குறைந்தபட்ச (லோ) விலை. மேல் பகுதி, அதிகபட்ச (ஹை) விலை. கேண்டில் ஸ்டிக்குகளும் அதே முறையில்தான் வரையப்படும். ஆனால், அதில் சில கூடுதல் விவரங்களும் கிடைக்கும்.

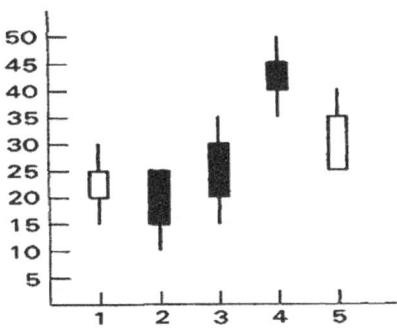

படம்: கேண்டில் சார்ட்

ஹை மற்றும் லோவில் வேறுபாடு இல்லை. ஆனால் ஓப்பன் மற்றும் குளோஸ் அளவுகள் வெறும் கோடாக இல்லாமல், ஒரு மெழுகுவர்த்தியைப் போல வரையப்படுகிறது. படத்தைப் பார்த்ததும், ஆரம்ப (ஓப்பன்) விலைக்கும், முடிவு (குளோஸ்) விலைக்கும் உள்ள இடைவெளி தெரிந்துவிடும். அதுதான் மெழுகின் உடம்பு (பாடி ஆஃப் த கேண்டில்). திரி போல மேலேயும் கீழேயும் நீட்டிக் கொண்டிருப்பவை உடம்பின் நிழல்கள் (ஷேடோ).

எப்போதும் ஆரம்ப விலைகள் குறைவாகவும், முடிவு விலைகள் அதிகமாகவும் இருக்க வேண்டிய அவசிய மில்லையே! மாறியிருந்தால்? தொடக்க விலைகள் அதிக மாகவும், முடிவு விலைகள் குறைவாகவும் இருக்கலாம். அதனை எப்படிப் பார்த்தவுடன் தெரிந்து கொள்வது? பார் சார்ட் என்றால், பக்கவாட்டில் கோடுகள் இருக்கும். கேண்டிலில்? எல்லா கேண்டிலும் மேலோட்டமான பார்வைக்கு முன்னதைப் போலவேதானே இருக்கும்?

ஒரு சிறிய வேலை செய்தார்கள். முதல்நாள் விலையை விட, நடப்பு நாள் விலை அதிகம் இருந்தால் (ஓப்பன் குறைவு - முடிவு அதிகம்) அந்த கேண்டிலுக்கு வெள்ளை நிறமும், விலை குறைந்து இருந்தால் (ஓப்பன் அதிகம் - முடிவு குறைவு) அந்த கேண்டிலுக்கு கருப்பு வண்ணமும் கொடுத்தார்கள். (கம்ப்யூட்டர் திரைகளில் இது முறையே நீலம் மற்றும் சிவப்பாக இருக்கும். சில திரைகளில் பச்சை மற்றும் சிவப்பாக இருக்கும். சிவப்பும் கருப்பும் இறக்கத்தைக் குறிப்பவை).

ஒரு தினத்தின் விலையை ஒரு கேண்டிலாகப் பார்ப்பதுபோல ஒவ்வொரு தினமும் என்ன நடந்தது என்று மாத சார்ட்டு களையும் பார்க்கலாம். நிப்டியின் பல ஆண்டுகளுக்கான சார்ட் இது. 2000 முதல் 2008 ஜுலை வரை! ஒரு மாதத்தின் தொடக்க, உச்ச, அடிமட்ட, முடிவு விலைகள் சேர்ந்தது ஒரு கேண்டில். இப்படியாக எட்டு ஆண்டுகளுக்கான (90 மாதங்களுக்கான) கேண்டில் சார்ட் இது.

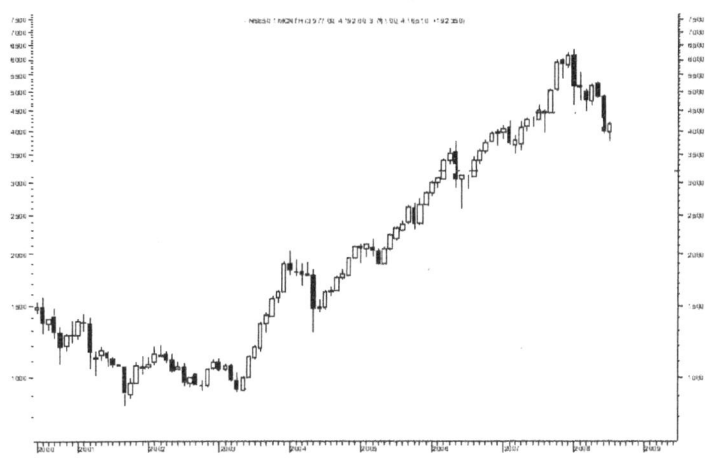

படம்: நிப்டியின் மாதாந்திர கேண்டில் ஸ்டிக் சார்ட்,
2000 முதல் 2008 ஜூலை வரை

மாதாந்திர மட்டுமல்ல, வாராந்திர கேண்டில்களை வரைந்து, அவற்றையும் ஒன்றாகப் பார்க்கலாம். ஐந்து மாதங்களுக்கான வாராந்திர சார்ட் கீழே.

படம்: நிப்டி வீக்லி சார்ட் 2009 ஜூலை முதல் நவம்பர் வரை

இப்படிப் பல கேண்டில்களைச் சேர்த்துப் பார்க்கும்போது, ஏற்றமா, இறக்கமா என்று புரிந்துகொள்ள நிற வேறுபாடு உதவியாக இருக்கும்.

கேண்டில்கள் சொல்வதென்ன?

சௌகர்யம் கருதி, இனி குறிப்பிடும் இடங்களில் எல்லாம் ஒரு தினத்தின் கேண்டில் என்றே எல்லாவற்றையும் எடுத்துக் கொள்வோம். அதே அனாலிசிஸே பிற கால அளவுகளுக்கும் பொருந்தும்.

ஒரு நாளில் முதல் வர்த்தகம் நடக்கும் விலைதான், ஓப்பன் பிரைஸ். இந்த விலையின் முக்கியத்துவம், மக்கள், நன்கு யோசனை செய்தபின், இந்த விலைக்கு வாங்கவோ, விற்கவோ செய்கிறார்கள் என்பதுதான். குறிப்பாக தினசரி மற்றும் வார வர்த்தகங்களுக்கு இதன் முக்கியத்துவம் அதிகம்.

ஒரு தினத்தின் உச்சபட்ச விலைதான், ஹை பிரைஸ். இந்த அளவு விலைக்கு வாங்கத் தயாரானவர்கள் இருந்திருக்கிறார்கள் என்பது இது தெரிவிக்கும் ஒரு செய்தி. இதற்குமேல் போக இயலவில்லை. அந்த இடத்தில் விற்பவர்கள் அதிகமாகி விட்டார்கள் என்பது மற்றொரு செய்தி.

ஒரு தினத்தின் குறைந்தபட்ச விலைதான், லோ பிரைஸ். இந்த அளவுக்கு விலை இறங்கியுள்ளது. இந்த அளவுக்குக்கீழே போக வில்லை.

ஒரு தினத்தின் பல்வேறு பரிவர்த்தனைகளுக்குப் பிறகு, இறுதியாக எந்த விலையில் வாங்குபவர்களும் விற்பவர்களும் ஒத்துப்போயிருக்கிறார்களோ அந்த விலைதான் குளோஸிங் பிரைஸ். இதற்குக் கீழே விற்க ஆட்கள் இல்லை. இந்த அளவுக்கு விற்க ஆட்கள் இருந்திருக்கிறார்கள். மார்ஜின்கள் (எம் டு எம்) குளோசிங் விலைகளை வைத்துத்தான் முடிவு செய்யப்படும். ஒரு சில வலுவானவர்கள், குளோசிங்கின்போது மிகப்பெரிய வர்த்தகங்கள் செய்து விலையை மாற்றப் பார்ப்பார்கள்.

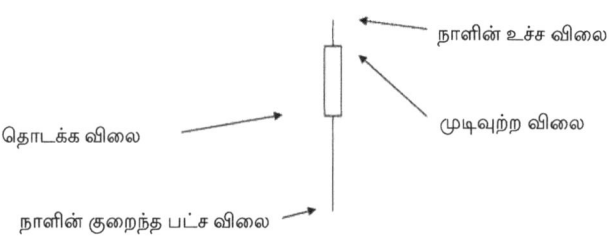

படம்: வெண்ணிற கேண்டில் ஸ்டிக்

மேலே இருக்கும் படத்தில், தொடக்கவிலை குறைவாகவும் முடிவு விலை அதிகமாகவும் இருக்கிறது. ஒருகால், தொடக்க விலை அதிகமாகவும் முடிவு விலை குறைவாகவும் இருந்தால், கேண்டில் படம் எப்படி இருக்கும்?

நல்ல கேள்வி. காரணம், கேண்டில் சார்ட்டுகளில், தொடக்க விலை, முடிவு விலை என்ற குறிப்புகள் எல்லாம் இருக்காது. படத்தைப் பார்த்தே புரிந்துகொள்ளவேண்டியதுதான். விலை உயர்வு சார்ட், மேலே இருப்பது போல் இருந்தால், விலை இறக்க சார்ட்டும் அதே போலத்தான் இருக்கும். ஆனால் ஒரு முக்கிய வேறுபாடு உண்டு. அதுதான் கேண்டிலின் நிறம்.

விலை உயர்ந்திருந்தால் அன்றைய கேண்டில் வெள்ளை யாகவும், விலை இறங்கியிருந்தால் கருப்பாகவும் இருக்கும். (அல்லது பச்சையாகவும் சிவப்பாகவும் இருக்கும்).

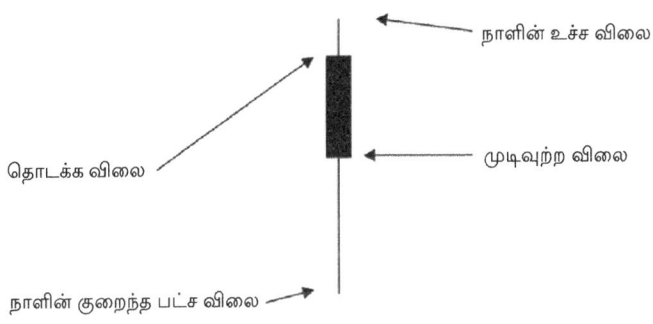

படம்: கருநிற கேண்டில் ஸ்டிக்

கேண்டில்கள் எதை நமக்குத் தெரிவிக்காது?

ஒரு தினத்தில் எவ்வளவு வர்த்தகம் (வால்யூம்) நடந்தது என்பதை கேண்டில்கள் தெரிவிக்காது. அதனால், அந்தத் தகவலைத் தனியாக எடுத்து இதனுடன் சேர்த்துக் கொள்ளலாம்.

ஷேடோஸ் (நிழல்கள் - திரிகள்)

ஒரு குறிப்பிட்ட தினத்தில் எந்த அளவுக்கு 'ஆட்டம்' இருந்தது என்பதை திரிகள் காட்டிவிடும்.

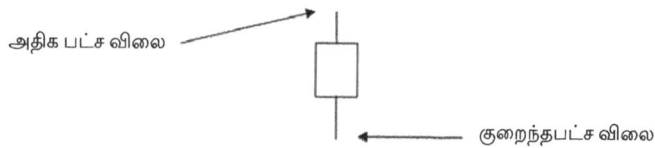

எல்லா கேண்டில்களுக்கும் திரிகள் இருக்க வேண்டும் என்ற கட்டாயம் இல்லை. உதாரணத்துக்கு ஒரு பங்கின் தொடக்க விலை ரூ. 100. அதன் உச்சபட்ச விலையும் 100-தான். முடிவு விலை 90. ஆனால் இடையில் அது 80 வரை போய் வந்தது. கேண்டில் எப்படியிருக்கும்?

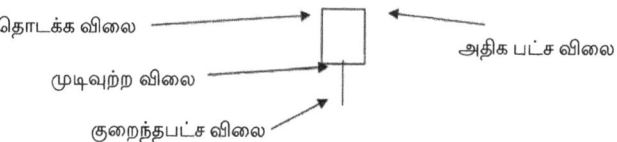

இங்கே மேலே திரி கிடையாது. வேறு மாதிரியாகவும் அமையலாம். தொடக்க விலை 80. உச்சம் 100. முடிவுற்ற விலை 90. அதன் குறைந்தபட்ச விலையும் 80-தான். கேண்டில் இப்படித்தான் இருக்கும்.

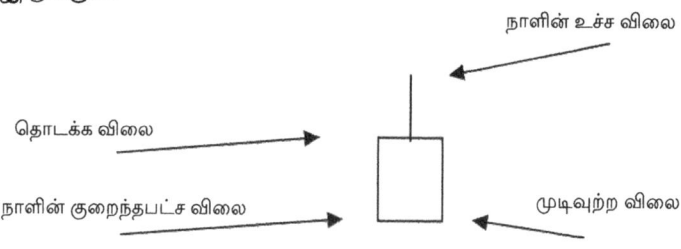

இந்தப் படத்தில் கீழே திரி இல்லை. இப்படியெல்லாம் இருந்தால் ஷேவன் ஹெட், ஷேவன் பாட்டம் என்பார்கள். '(திரி) மழிக்கப்பட்ட' என்கிற பொருளில்.

கேண்டில்களைப் பார்த்தவுடன் என்ன தெரிந்துகொள்ளலாம்?

வெள்ளை கேண்டில்கள் (அல்லது நீலம் அல்லது பச்சை): ஓப்பன் விலைகளைவிட குளோசிங் விலைகள் அதிகம்.

கருப்பு கேண்டில்கள் (அல்லது சிவப்பு): ஓப்பன் விலைகளைவிட குளோசிங் விலைகள் குறைவு.

திரியின் நீளம் பற்றி பார்த்தோம். அதே போல சில கேண்டில்களின் உடல் நீளமானதாக இருக்கும்; சிலவற்றின் உடல் குள்ளமானதாக இருக்கும். அவற்றுக்கு என்ன பொருள்? அப்படி இருப்பவனவற்றை பார்த்ததும் என்ன தெரியும்?

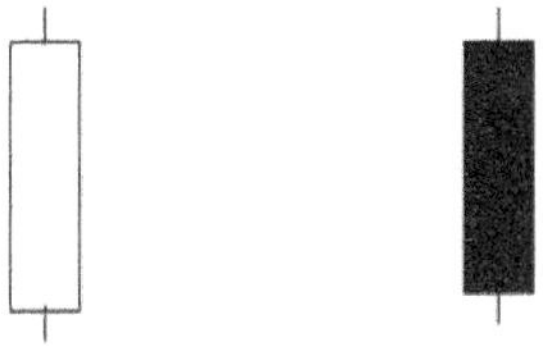

மேலே பார்த்த இரு கேண்டில்களிலுமே உடம்பு நீளமாக உள்ளது. அப்படியென்றால் ஓப்பனிங் மற்றும் குளோசிங் விலைகளுக்கு இடையே கணிசமான வேறுபாடு இருக்கிறது என்று பொருள்.

அந்த வேறுபாடு, விலை உயர்ந்து முடிவுற்ற விலையாகவோ (வெள்ளை கேண்டில்), இறங்கிய விலையாகவோ (கருப்பு கேண்டில்) இருக்கலாம்.

கேண்டில்கள் என்பது ஒரு மிகப்பெரிய, விரிவான, பல கூறுகளைக் கொண்ட டெக்னிக்கல் அனாலிசிஸ் வழிமுறை. கேண்டில்கள் பற்றியும் அவற்றைப் பயன்படுத்தும் முறைகள் பற்றியும் ஏகப்பட்ட புத்தகங்கள் ஆங்கிலத்திலும் பிற மொழிகளிலும் இருக்கின்றன. கேண்டில்கள் பற்றிய அறிமுகம் மட்டுமே டிரேடிங் என்ற இந்தப் புத்தகத்தில் சாத்தியம். அதனால் அறிமுகத்தை இத்தோடு முடித்துக் கொண்டு, தினசரி வர்த்தகத்துக்குப் பயன்படக்கூடிய சில கேண்டில்களிலும் சில பேட்டர்ன்களையும் இனி பார்க்கலாம்.

கேண்டில்களை பயன்படுத்தி டிரேடிங் செய்வது

ஸ்பின்னிங் டாப்ஸ்

இதில் வெள்ளை, கருப்பு என்று இருவகை கேண்டில்களும் வரும்.

இதில் என்ன வித்தியாசம் தெரிகிறது? இங்கே கேண்டில்களின் உடம்புகள் சிறியனவாக இருக்கின்றன. அப்படியென்றால் வாங்குகிறவர்களுக்கும் (காளைகள்), விற்கிறவர்களுக்கும் (கரடிகள்) இடையே போராட்டம் என்று அர்த்தம்.

விற்பவர்கள் கொண்டுசென்ற நாளின் மிகக் குறைந்த அளவு விலையில், கடைசி வர்த்தகம் முடியவில்லை. அதேபோல வாங்குபவர்கள் தூக்கிச்சென்ற, நாளின் அதிகபட்ச விலையிலும் கடைசி வர்த்தகம் முடியவில்லை. இரண்டுக்கும் இடையேதான் முடிந்திருக்கிறது. எவரும் வெற்றி பெறவில்லை. அதனால், அடுத்தநாள், டிரண்டில் மாற்றம் வரலாம்.

மேலே உள்ள படங்களில் காட்டப்பட்டிருப்பதைப் போல ஸ்பின்னிங் டாப் கேண்டில்கள் கருப்பாகவோ, வெள்ளை யாகவோ இருக்கலாம்.

டோஜி (DOJI)

தொடக்க மற்றும் முடிவு விலைகளில் நல்ல வேறுபாடுகள் இருந்தால், அது வழக்கமான கேண்டில்கள். அவற்றில் நிறம் தான் செய்தி. தொடக்க மற்றும் முடிவு விலைகளில் வேறுபாடு குறைவாக இருந்தால், அவற்றின் பெயர் ஸ்பின்னிங் டாப்ஸ்.

விலை வேறுபாடே இல்லாவிட்டால்? அதாவது தொடக்க மற்றும் முடிவு விலைகளும் ஒன்றாகவே இருந்தால்?

சுவாரசியமாக இருக்கிறதல்லவா? அதுதான் டோஜி. டோஜிக்கு உடம்பே கிடையாது. தலையோ வாலோதான். டோஜி என்பது ஒரு முக்கியமான இண்டிகேட்டர். டோஜி நான்கு விதங்களாக இருக்க முடியும்.

முதலாவது வகையில், தொடக்க மற்றும் முடிவு விலைகளை விட, குறைந்தபட்ச விலை மிகவும் குறைவாக இருக்கும்.

அடுத்த வகை டோஜியில், தொடக்க மற்றும் முடிவு விலைகளை விட, அதிகபட்ச விலை மிகவும் அதிகமாக இருக்கும்.

மூன்றாவது வகை டோஜியில் ஆரம்ப விலையும் முடிவு விலையும், அதிகபட்ச விலைக்கும் குறைந்தபட்ச விலைக்கும் இடையே (கிட்டத்தட்ட சம தொலைவில்) இருக்கும்.

நான்காவதில் ஓப்பன், குளோஸ் மற்றும் ஹை ஒன்றாக இருக்கும். குறைந்தபட்சமான லோ மட்டும் தள்ளி கீழே இருக்கும்.

எளிமையாகச் சொல்லவேண்டும் என்றால், ஆரம்ப விலைகளும் முடிவு விலைகளும் ஒன்றாக இருந்தால் அது டோஜி. ஒன்றாக என்றால் துல்லியமாக, அதே விலை என்று அவசியமில்லை. கிட்டத்தட்ட இருந்தாலும் போதும். வேறுபாடு அதிகமாக, அதிகமாக அது உடம்பாக மாறும். உடம்பு இல்லாமலோ அல்லது குறுகலாகவோ இருந்தால் அது டோஜி.

ஹேங்கிங் மேன் (Hanging man)

கேண்டில் கருப்பாகவோ, வெள்ளையாகவோ உடல் கொண்டு இருக்கலாம். ஆனால் அதற்குத் தலை இருக்காது. அல்லது மிகச் சிறிய அளவில் இருக்கும். நீண்ட வால் மட்டும் இருக்கும். அந்த வாலின் நீளம் உடம்பின் உயரத்தை விட இரு மடங்கு இருக்கும். இப்படிப்பட்ட கேண்டில் ஒரு பங்கின் விலைகள் உயர்ந்து கொண்டிருக்கும் நேரம் விழுகிறது என்பதைக் காட்டுகிறது. எனவே அதன் பெயர் ஹேங்கிங் மேன்.

ஒரு டிரெண்ட் மேல் நோக்கிப் போய்க்கொண்டிருக்கும் வேளையில், அங்கே ஹேங்கிங் மேன் கேண்டில் விழுந்தால், நடக்கும் டிரண்ட் மாறுகிறது என்று பொருள்.

உதாரணத்துக்கு, அந்த கேண்டில் இப்படித்தான் இருக்கும்.

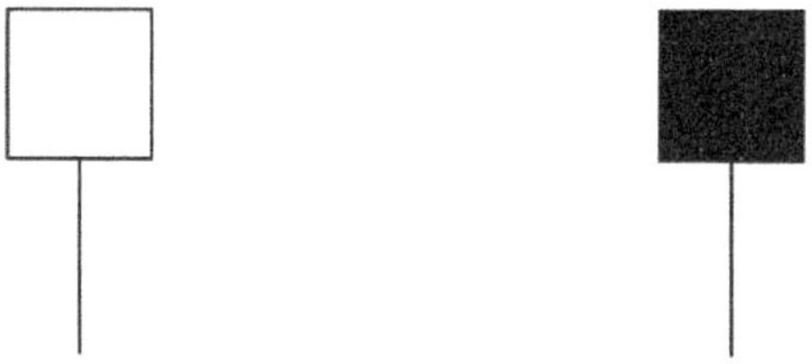

ஹேங்கிங் மேன் என்பது இறங்குதலின் (கரடிகளின்) அடையாளம். ஹேங்கிங் மேன் கருப்பாகவோ, வெள்ளையாகவோ இருக்கலாம் என்றாலும், கருப்பு என்பது கூடுதல் வலுவான இறங்குமுகம். வெள்ளையே ஆனாலும் டிரண்ட் ரிவர்சல்தான். இறக்கம்தான் தொடர இருக்கிறது என்று பொருள்.

இதன் பொருள் என்ன? ஹேங்கிங் மேன் என்ன செய்தி சொல்லு கிறார்? சந்தை தொடங்கியபோது விலை உயர்வாக இருந்தது. ஆனால் பின்பு கணிசமாக இறங்கியது. மீண்டும் சமாளித்து மேலே வந்துதான் தொடக்கத்தின் அருகேயோ, உச்சத்தின் அருகேயோ முடிந்திருக்கிறது. ஆனாலும், அவ்வளவு தூரம் இறங்கியதே! அதுதான் செய்தி. அதைத்தான் இது துல்லியமாகப் படம் பிடித்துக் காட்டுகிறது. இது அடிப்பது, 'டாப் ரிவர்சல்' எனும் எச்சரிக்கை மணி.

ஹேங்கிங் மேன் வந்தபிறகு சார்ட் இப்படித்தான் இருக்கும்.

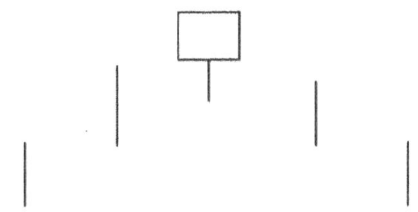

ஹேமர் (Hammer)

ஹேமர் என்றால் தமிழில் சுத்தியல். ஹேமர் கேண்டிலும் ஹேங்கிங் மேன் கேண்டிலும் ஒன்றேதான். வேறுபாடே இல்லை. தலை கிடையாது அல்லது மிகச் சிறியது. உடல் உண்டு. ஆனால், உடலைப் போல இரண்டு மடங்கு வால் இருக்கும். நிறம் பேதம் இல்லை. கருப்பானாலும் வெள்ளை யானாலும் அது ஹேமர்தான்.

வேறுபாடு எங்கே வருகிறது என்றால், அந்த கேண்டில் எங்கே எப்போது விழுகிறது என்பதில் இருக்கிறது. டிரெண்ட் மேல் நோக்கிப் போகும்போது இப்படிப்பட்ட கேண்டில் விழுந்தால், அது ஹேங்கிங் மேன்.

டிரெண்ட் கீழ்நோக்கிப் போய்க்கொண்டிருக்கும்போது இந்த கேண்டில் விழுந்தால், அது ஹேமர். சுத்தியல் எப்படி இருக்கும்? கீழே நீளமான பிடி. மேலே குண்டாக இரும்புத் துண்டு (போன்ற உடம்பு). ஹேமரும் டிரண்ட் மாற இருக்கிறது என்பதை முன்கூட்டிச் சொல்லும் இண்டிகேட்டர்தான்.

ஹேமர் விழுந்தால் சார்ட் இப்படித்தான் இருக்கும்.

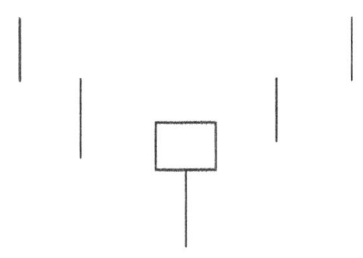

வெள்ளை ஹேமர், கருப்பு ஹேமரைவிட காளைகளின் தாக்கம் அதிகம் இருக்கிறது என்பதைக் காட்டும். அது தவிர, எந்த நிறத்தில் இருந்தாலும் ஹேமர், உயரப் போகும் விலைகளைத் தான் சுட்டிக்காட்டுகிறது. 'அவ்வளவு கீழே போனாலும், மீண்டு மேலே வந்துவிட்டேன் பார்த்தீர்களா?' என்கிறது ஹேமர் கேண்டில்.

நிஜத்தில் நடந்த ஒரு ஹேமர் கேண்டில் சார்ட்டைப் பார்த்தால், ஹேமர் விழுந்த பின் என்ன வலுவாக அந்தப் பங்கு ஏறியது என்பது தெரியும்.

அதுவரை இறங்குமுகம்தான். அதன்பிறகு விலை மிக வேகமாக உயர்ந்திருக்கிறது. இறங்குமுகம் மாறியிருக்கிறது என்பதை அந்த ஹேமர் மிகச் சரியாகத் தெரிவித்திருக்கிறது.

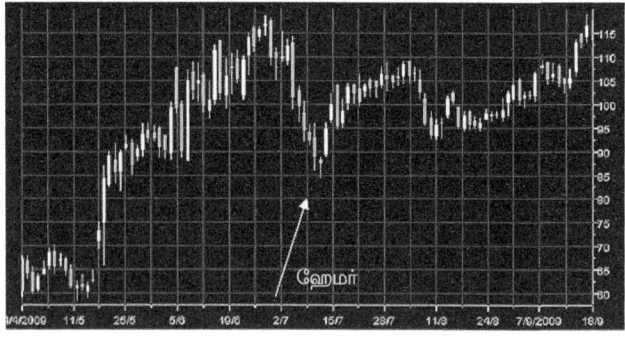

IDBI பங்கின் விலை சார்ட்டில் ஒரு ஹேமர் அட் பாட்டம் விழுவதையும் அதன் பின் விலை ஏறுவதையும் மேலேயுள்ள படத்தில் பார்க்கலாம்.

கன்பர்மேஷன்

பல நாள்களாக நடந்த டிரண்டின் போக்கு மாறுகிறது (ரிவர்ஸ் ஆகி றது) என்பதை ஒரே நாள் நடக்கும் வர்த்தகத்தை வைத்து முடிவு செய்துவிடாமல், அதனை உறுதிப்படுத்திக்கொள்ள வேண்டும். அதன் பெயர்தான் கன்பர்மேஷன். மேலே ஹேங்கிங் மேன் விழுந்தாகி விட்டது. அடுத்த நாள் தொடக்க விலைகள், முந்தைய நாள் ஹேங்கிங் மேனின் உடலுக்குள் (ஓப்பனிங் - குளோசிங் விலைகள்) இருந்தால், டிரண்ட் தொடராது என்பது உறுதி.

தொடராது என்று சொல்லப்பட்டிருப்பதை கவனித்திருக்கலாம். டிரண்ட் மாறும் என்பதல்ல. நடந்து கொண்டிருக்கும் (புல்லிஷ்) டிரண்ட் தொடராது என்பதே பொருள். இனி முன்போல வேகமாக விலை உயராது. அதிகமாகவும் உயராது.

ஸ்டார்ஸ் (Stars)

ஸ்டார்கள் என்பவையும் டிரண்டில் மாறுதல் வருவதை அறிவிப்பனதான். ஸ்டார்கள் என்றால் நட்சத்திரங்கள். முந்தைய கேண்டில்களோடு ஒப்பிடும்போது ஸ்டார்களின் உடல் மிகச் சிறியதாக இருக்கும். ஸ்டார் கருப்போ வெள்ளையோ எப்படி யும் இருக்கலாம். அது முக்கியமில்லை. அதேபோல ஸ்டார்கள் டவுன் டிரண்டிலும் (கீழே இறங்கும்போதும்) வரலாம். அப் டிரண்டிலும் (மேலே ஏறும்போதும்) வரலாம்.

ஸ்டார்கள் தெரிவிப்பது என்ன?

ஒரு டிரண்ட் என்றால் காளைகளோ (அப் டிரண்டில்) கரடிகளோ (டவுன் டிரண்டில்) தங்கள் விருப்பத்தைச் செய்துகொண்டிருப் பார்கள். ஸ்டார் விழுந்தால் அதன் அர்த்தம், எதிராளி அப்போது விழித்துக் கொண்டுவிட்டார்; தற்போது டிரெண்டை அதிகாரம் செய்வோரின் கட்டுப்பாடு குறைகிறது என்று பொருள். அப் டிரண்டில் ஸ்டாரா? அதுவரை கை ஓங்கியிருக்கும் காளைகள் ஓட்டத்தை நிறுத்தவேண்டியிருக்கும். அதற்கான அறிகுறிகள் தென்படுகின்றன. டவுன் டிரண்டில் ஸ்டாரா? கரடிகளின் ஆட்டம் நிற்கப்போகிறது.

டோஜி ஸ்டார்

டோஜி என்றால் என்ன என்று முன்பே பார்த்தோம். ஆரம்ப மற்றும் முடிவு விலைகளில் மிக மிகக் குறைந்த வேறுபாடு.

அதனால் உடலே இல்லாத கேண்டில். உடலுக்கு பதில் ஒரு கோடுதான். பார்க்க சிலுவை அல்லது பிளஸ் போல இருக்கும். இதுதான் டோஜி.

ஸ்டார் என்றால், முந்தையதில் இருந்து அளவில் பெரிதும் வேறுபடும் கேண்டில். முந்தைய கேண்டில் சிறியது. உடல் நீளமானது. அடுத்த கேண்டிலின் உடலோ டிரண்டுகளின் இடையில் வருவது. (முடிவில் வருவது! வந்து முடித்து வைப்பது!)

ஒரு ஸ்டார் என்பது குட்டி டப்பா போல சதுரமாக இருக்கலாம். அதுவே டோஜி போல இருந்தால், அது டோஜி ஸ்டார். அவ்வளவுதான்.

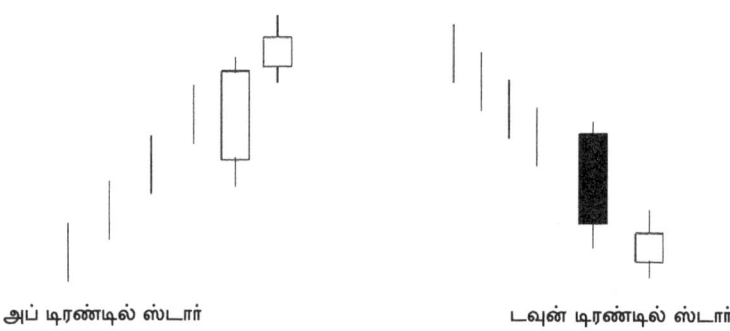

அப் டிரண்டில் ஸ்டார்   டவுன் டிரண்டில் ஸ்டார்

ஸ்டார்களில் மொத்தம் நான்கு வகைகள் உண்டு. முதலாவது,

மார்னிங் ஸ்டார் (Morning Star)

விலைகள் இறங்கிக்கொண்டே இருக்கும் நிலையில் இவர் தோன்றினால் (விடிவெள்ளி போல), இறங்குமுக நிலையில் மாற்றம் வர உள்ளது என்று புரிந்து கொள்ளலாம். முதல் நாள் கருப்பு கேண்டில். நீளமானது. அடுத்த நாள் சிறிய உடலுடைய கேண்டில். மூன்றாவது நாள் மீண்டும் வெள்ளை கேண்டில், முந்தைய (இரண்டாம்) நாளினுடையதைவிட நீளமானது (உயரமானது). இதுதான் காளைகள் வெற்றி பெற்று தங்கள் நிலைமையைக் கட்டுப்பாட்டுக்குள் கொண்டு வந்திருக் கிறார்கள் என்று காட்டுவது.

படம்: மார்னிங் ஸ்டார்

ஈவினிங் ஸ்டார் (Evening Star)

இருட்டப் போகிறது என்று காட்டும் நட்சத்திரம் இது. விலைகள் உயர்ந்துகொண்டே போகும் அப் டிரண்டின்போது இவர் தோன்றினால், அபசகுனம்! உயர்தல் நிற்கப் போகிறது. விலைகள் இனி கீழேயும் விழலாம் என்பதை உணர்த்தும்.

இதுவும் மூன்று நாள் கேண்டில்களைச் சேர்த்துப் பார்க்கும் முறைதான். முதல் நாள், டிரண்டின்படியே ஒரு பெரிய வெள்ளை கேண்டில். அடுத்த நாள், ஒரு ஸ்டார் கேண்டில். அதாவது மிகச் சிறிய உடல் கொண்ட கேண்டில். அதுவும் கருப்பு ஸ்டார். மூன்றாவது நாள் நீண்ட கருப்பு கேண்டில். முன் பார்த்ததேதான். ஆட்சி மாற்றத்தைக் காட்டுபவைதான் ஸ்டார்கள். ஈவினிங் ஸ்டார் காளைகளை டிஸ்மிஸ் செய்து கரடிகளை பதவியில் அமர்த்துகிறது.

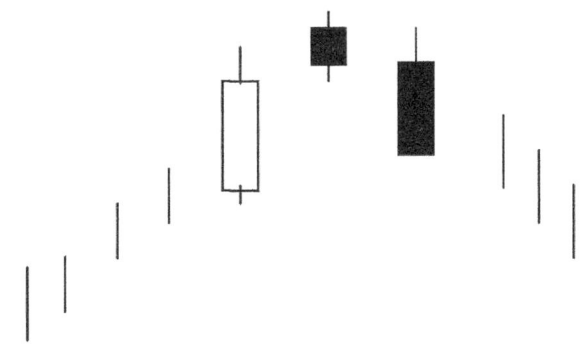

படம்: ஈவினிங் ஸ்டார்

மார்னிங் - ஈவினிங் டோஜி ஸ்டார்ஸ்

இவை வலுவான செய்தி சொல்பவை என்பதை முன்பே பார்த்தோம். காலை மாலை ஸ்டார்களே டிரண்ட் பேட்டர்ன் ரிவர்சல்கள். டோஜி என்பதும் அப்படிப்பட்டதே. இரண்டும் சேருகின்றனவே. அதனால் செய்தியின் உறுதி அதிகம்.

படம்: மார்னிங் டோஜி ஸ்டார்

படம்: ஈவினிங் டோஜி ஸ்டார்

ஷூட்டிங் ஸ்டார் (Shooting Star)

சிறிய உடல், நீண்டு மேல் நோக்கியிருக்கும் திரி. வால் கிடையாது. நிறம் எதுவாகவும் இருக்கலாம். இதுதான் ஷூட்டிங் ஸ்டார். ஸ்டார் போன்ற சிறிய உடல். மேல்நோக்கிப் பாயும் திரி - அதனால் Shooting.

இந்த கேண்டில் சாதாரணமாக என்ன தெரிவிக்கிறது? குறிப்பிட்ட அளவில் விலை தொடங்கி, நடுவில் அதிகம் உயர்ந்து, வர்த்தகம் முடியும் நேரம், உயரத்தில் தங்க முடியாமல், தாக்குப்

பிடிக்க முடியாமல், தொடங்கிய இடத்துக்கு அருகே வந்து அமர்ந்துகொண்டு விட்டது. அவ்வளவுதான்.

ஆரவாரம் செய்யப் பார்த்தது. ஆனால் முடியவில்லை என்பது தான் தகவல். அப் டிரண்டுக்குப் பிறகு ஏற்படுவது இது. இது தோன்றிய பிறகு அப் டிரண்ட் மாறி, விலை இறங்கும்.

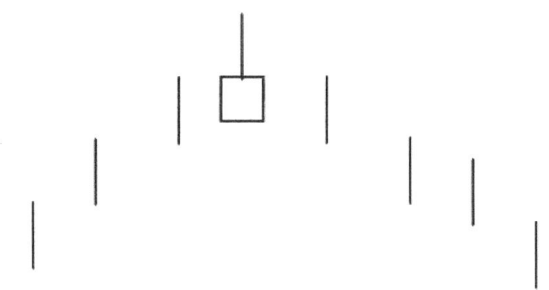

படம்: ஷூட்டிங் ஸ்டார்

இன்வெர்ட்டட் ஹேமர் (Inverted Hammer)

ஷூட்டிங் ஸ்டார் போன்றதேதான் இதுவும். சிறிய உடல். மேல் நோக்கிய நீளமான திரி. கருப்போ வெள்ளையோ. வால் கிடையாது. முன்பு பார்த்த ஹேமர் போன்றதேதான். ஆனால் ஹேமருக்கு வால் (கைப்பிடி) உண்டு. இதில் அது மேல் நோக்கி இருக்கும். அதனால் தலைகீழாக உள்ள சுத்தியல் என்கிற பெயர்.

ஷூட்டிங் ஸ்டாருக்கும் இவருக்கும் என்ன வேறுபாடு? இது டவுன் டிரண்டில் வரும். விலைகள் இறங்கிக்கொண்டே இருக்கையில் இவர் தோன்றினால், சந்தோஷப்படலாம்.

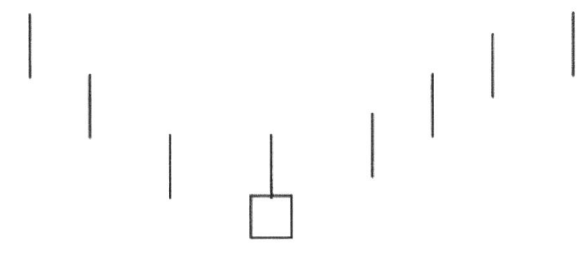

படம்: இன்வெர்ட்டர் ஹேமர்

பேட்டர்ன்ஸ்

இதுவரை பார்த்தது தனிப்பட்ட ஒரு கேண்டில் சொல்லும் சேதி.

இனி பார்க்க இருப்பது, ஒன்றுக்கும் மேற்பட்ட கேண்டில்கள் குறிப்பிட்டவிதமாக விழுமானால், அதற்கு என்ன பொருள்? அது எதனை காட்டுகிறது என்பதை. ஒன்றுக்கும் மேற்பட்ட கேண்டில்கள் குறிப்பிட்டவிதமாக அமைவதை ஆங்கிலத்தில் பேட்டர்ன்ஸ் (Patterns) என் பார்கள். தமிழில் அமைப்பு என்று சொல்லலாம். வடிவம் என்று சொல்பவர்களும் உண்டு.

என்கல்பிங் பேட்டர்ன் (Engulfing pattern)

என்கல்பிங் என்றால் என்ன பொருள்? விழுங்குவது என்று பொருள். என்கல்பிங் பேட்டர்ன்களில், இரண்டு அடுத்தடுத்த கேண்டில்கள் குறிப்பிட்ட விதமாக இருக்கவேண்டும். அந்த அடுத்தடுத்த கேண்டில்களில் முதலாவதைவிட இரண்டாவது பெரியதாக இருக்கவேண்டும். பெரியது என்றால், முதல் கேண்டிலின் உடம்பைவிட அடுத்ததன் உடம்பு பெரியதாக (சின்ன மீன்-பெரிய மீன் போல) இருக்கவேண்டும். இரண்டும் வெவ்வேறு நிறங்களாக இருக்க வேண்டும். இப்படி யெல்லாம் இருந்தால் அதன் பெயர், 'என்கல்பிங் பேட்டர்ன்'.

இதில் இரண்டு வகைகள் உண்டு. ஒன்று, புல்லிஷ் என்கல்பிங் பேட்டர்ன். மற்றது, பேரிஷ் என்கல்பிங் பேட்டர்ன்.

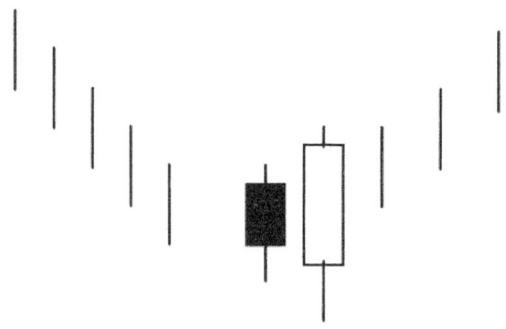

படம்: புல்லிஷ் என்கல்பிங் பேட்டர்ன்

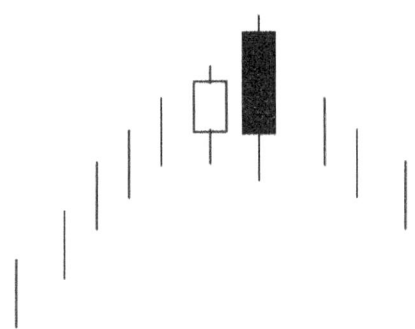

படம்: பேரிஷ் என்கல்பிங் பேட்டர்ன்

இவையும் மாற இருக்கும் டிரண்டினைச் சுட்டிக்காட்டுகின்றன. டவுன் டிரண்டில் வந்தால் அப் ஆகும். அப்பில் வந்தால் டவுன் ஆகும்.

டார்க் கிளவுட் கவர் (Dark cloud cover)

இதுவும் ஒரு ரிவர்சல் பேட்டர்ன் கேண்டில்தான். இரண்டு கேண்டில்களை ஒருங்கிணைத்துப் பெறும் செய்திதான். டிரண்ட் தொடராது என்பது, அந்த டிரண்டுக்கு மட்டுமே பொருந்தும். முதல் கேண்டில் ஓரளவு உள்ளது. அடுத்த நாள் கேண்டிலின் அளவில் இருக்கிறது தகவல். முதல் நாள் அதிகபட்ச விலையை விடக் கூடுதலாக அடுத்த நாள் தொடங்குவது. ஆனால் முடிவுறும் போது, முதல் நாள் முடிவுற்றதைவிடக் குறைவாக முடிப்பது. குறைவாக என்றால், கிட்டத்தட்ட முதல் நாள் கேண்டிலின் உடம்பில் பாதி அளவிலேயே முடிந்து விடுவது.

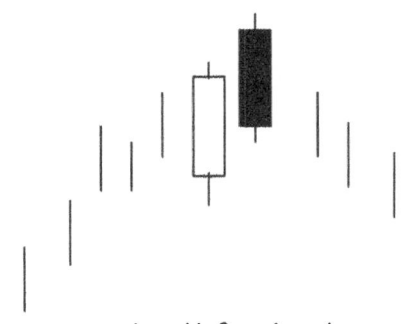

படம்: டார்க் கிளவுட் கவர்

பியர்சிங் பேட்டர்ன் (Piercing Pattern)

உயர்ந்துகொண்டே போகும் டிரண்ட் நிற்பது டார்க் கிளவுட் கவர் என்றால், இறங்கிக்கொண்டே போகும் டிரண்டில் மாற்றம் வருவதுதான் பியர்சிங் பேட்டர்ன்.

இதுவும் இரண்டு கேண்டில் ஸ்டிக்களைக் கொண்டது. முதலாவது கருப்பாகவும், இரண்டாவது வெள்ளையாகவும் இருக்க வேண்டும். முன்தினம் முடிவுற்ற விலையைக் காட்டிலும் அடுத்த தினம் விலை குறைவாகத் தொடங்கவேண்டும். ஆனால் முடிவுறும்போது, முதல் நாள் முடிவுற்றதைவிட அதிகமாக முடிய வேண்டும். அதிகம் என்பது முதல் கேண்டிலின் உடம்பின் மையப் புள்ளியைவிடச் சற்றேனும் கூடுதலாக இருக்கவேண்டும்.

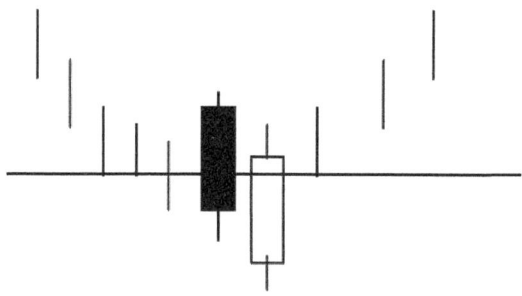

படம்: பியர்சிங் பேட்டர்ன்

அபாண்டண்டு பேபி (Abandoned baby)

கைவிடப்பட்ட குழந்தை, அனாதை என்று சொல்லலாம். மேலேறும் டிரண்டில் ஒரு கேண்டிலுக்கு ஒரு கேண்டிலுக்கு ஒரு கேண்டில் மேலே மேலே என்று போகிறது. ஒரு வெள்ளை கேண்டில் விழுகிறது. அடுத்து கேப் (Gap) கொடுத்து அடுத்ததின் விலை தொடங்குகிறது. தொடங்கிய விலையிலேயே முடிகிறது. அப்படியென்றால் அது ஒரு டோஜி. ஆனால் கேப் கொடுத்து விழுகிறது. முந்தைய நாள் அதிகபட்சத்துக்குக்கூடத் தொடர்பில்லை. அதைவிடவும் மேலே. ஆனால் டோஜி. டோஜி ஈவினிங் ஸ்டார். அதற்கும் அடுத்த நாள் கருப்பு கேண்டில். அதன் தலை திரி, டோஜியின் வால் முனையை எட்டவில்லை. அதாவது அங்கே ‘கேப் டவுன் ஓப்பனிங்’. டோஜி பார்ப்பதற்கு எப்படியிருக்கும்? இப்படித்தான் இருக்கும்.

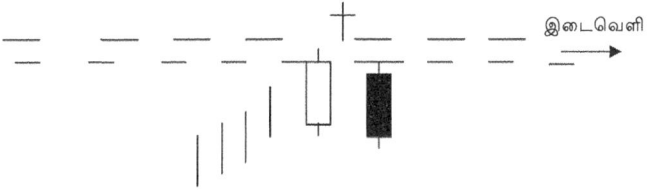

படம்: அபாண்டண்டு பேபி

இந்தப் பக்கமும் தொடர்பில்லை. அந்தப் பக்கமும் தொடர் பில்லை. மேலே அந்தரத்தில் அனாதையாக விடப்பட்டது போலில்லை? அதேதான், அபாண்டன்ட் பேபி.

இதே நிலை டவுன் டிரண்டிலும் வரலாம்.

இதில் முக்கியமாக பார்க்க வேண்டியது திரிகள் (ஷேடோஸ்) ஒன்றை ஒன்று தொடக்கூடாது. தொடர்பே இருக்கக்கூடாது. இடைவெளியுடன் தள்ளித் தள்ளி இருக்க வேண்டும். இதன் பிறகு டிரண்ட் மாறி வரும்.

ஹராமி (Harami)

இது என்கல்பிங் பேட்டர்னுடன் ஒப்பிட்டால் சுலபமாகப் புரியக் கூடியது. என்கல்பிங் பேட்டர்னில் முதலில் சின்ன மீன், அடுத்து பெரிய மீன் (சிறிய கேண்டில் - பெரிய கேண்டில் பாடி). இங்கே நேர் எதிர். முதல் நாள் வருவது பெரிய உடல் கொண்ட கேண்டில். அடுத்த நாள் வரும் கேண்டில், முந்தையதைவிடச் சிறியது. ஒன்றின்மீது ஒன்று வைத்தால், இரண்டாவது முதலாவதில் அடங்கிவிடும்.

ஹராமி என்றால் ஜப்பானிய மொழியில் கர்ப்பம். முதல்நாள் பெரிய கேண்டில் தாய் போல. அடுத்த நாளின் சிறிய கேண்டில் சிசு போல. உள்ளே அடங்கும். பெரும்பாலும் இரண்டு கேண்டில்களும் வெவ்வேறு நிறங்களிலேயே இருக்கும்.

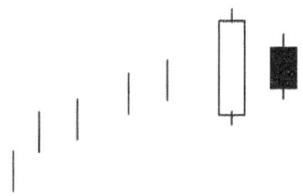

படம்: அப் டிரண்டில் ஹராமி

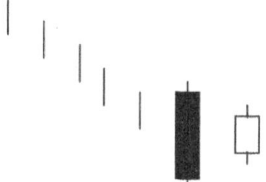

படம்: டவுன் டிரண்டில் ஹராமி

ஹராமி காட்டுவது நிச்சயமற்ற தன்மையை. முன் நடந்தது (விலை ஏற்றமோ, இறக்கமோ) தொடருமா என்பதை கேள்விக் குறியாக்குவது ஹராமி. உறுதி செய்யவில்லை. சந்தேகப்பட வைக்கிறது.

கேப்ஸ் (Gaps) *அல்லது விண்டோஸ்* (Windows)

அமெரிக்காவிலும் மேற்கத்திய நாடுகளிலும் கேப்ஸ் என்று அழைப்பதை கேண்டில் ஸ்டிக் சார்ட்டுகளில் ஜப்பானியர்கள் விண்டோஸ் என்கிறார்கள். இரண்டும் ஒன்றுதான்.

கேப் என்பது முதல்நாள் விலைக்கும் அடுத்த நாள் விலைக்கும் இடையே உள்ள வித்தியாசம். முதல்நாள் ஒரு பங்கு 100 ரூபாய் என்று விலை போகிறது. அடுத்த நாள் தொடக்கமே 120. அன்றைக்கு முழுக்க அதற்குக் கீழே விலை வரவே இல்லை. அப்படியென்றால் அந்த 100 முதல் 120 வரையுள்ள இடம் ஒரு இடைவெளி (கேப்) அல்லது ஜப்பானியர்களின் வார்த்தைகளில் ஜன்னல் (விண்டோ).

இதுபோன்ற கேப்கள் ஏறுமுகத்திலும் விழலாம். இறங்குமுகத் திலும் விழலாம்.

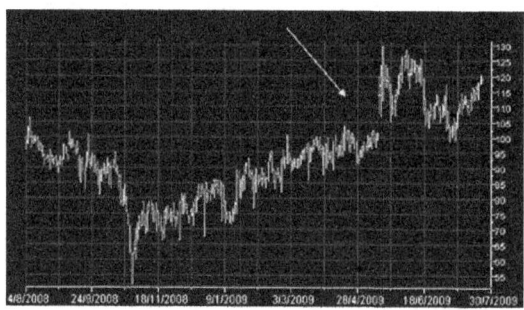

படம்: பவர் கிரிட் பங்கு விலையில் 2009 மே மாதம் விழுந்த கேப்

இந்த விண்டோக்கள் தெரிவிப்பது, அந்த டிரெண்டின் வலு வினை. ஏகப்பட்ட ஆர்வத்துடன் மக்கள் மறுநாள் பாய்கின்றனர் என்றுதான் பொருள். ஏதோ புதிய நல்ல செய்தியோ, கெட்ட செய்தியோ தெரிய வந்திருக்கிறது. அதனால்தான் மக்களிடம் நிதானமில்லை. புலிப்பாய்ச்சல்.

இந்த கேப் என்பது பின்னர் ஏறுமுகத்தில் நல்ல சப்போர்ட் இடமாகவும், இறங்குமுகத்தில் வலுவான ரெசிஸ்டென்ஸாக வும் அமையும்.

அப் டிரண்டில், கேப்பை உருவாக்கிய நல்ல செய்தி, ஒரு டிரண்டை உருவாக்குகிறது. தொடர்ந்து வாங்கும் முதலீட்டாளர் களிடம் வாங்கும் ஆர்வம் அடங்கியபின் மீண்டும் விலைகள் இறங்கி வந்து அந்த கேப்பினை மூடலாம். அப்படி மூடிய பிறகும் அதன் இறக்கம் தொடர்ந்தால், கேப்புடன் கிளம்பிய அப் டிரண்ட் முடிந்துபோனது என்று பொருள். கேப்பை மூடியபிறகு மேலே எழும்பினால், கேப் வலுவான சப்போர்ட் என்று பொருள். அதேதான் இறங்குமுகத்தில் உருவாகும் கேப்புக்கும்.

கேப்புகளை மூடுவது எப்படியிருக்கும் என்று நமக்குத் தெரிந்த சில பங்குகளின் படங்களில் பார்க்கலாம்.

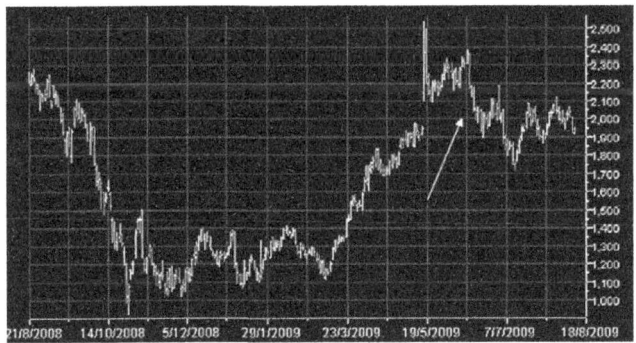

படம்: ரிலையன்ஸ் பங்கு விலை, 2009 மே மாதம்

ரிலையன்ஸ் பங்கில் ஏற்றபட்ட கேப்பினை, பின் விலைகள் இறங்கி வந்து மூடியதை மேலே பார்க்கலாம். இந்த விலைகள் எல்லாம் 2009 நவம்பரில் கொடுத்த 1:1 போனஸுக்கு முன் இருந்தவை. கீழே சீமென்ஸ் பங்கிலும் அந்த கேப் மூடல் நடந்திருப்பதைப் பார்க்கலாம்.

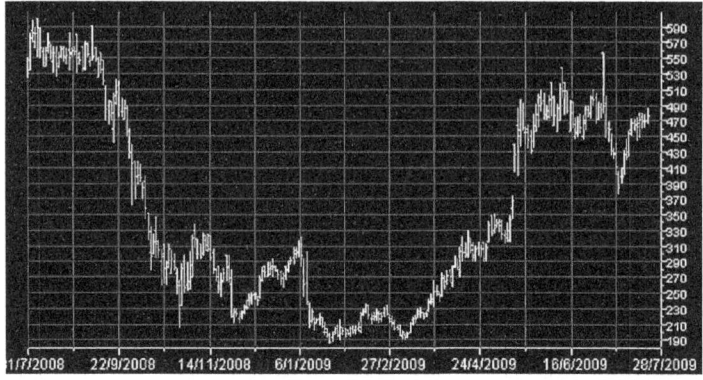

படம்: சீமென்ஸ் பங்கு விலை, 2009 மே மாதம்

கேப்பின் அருகே விலைகள் வந்தபிறகு, விலைகள் கேப்பையும் தாண்டி கீழிறங்குகிறதா என்று பார்க்க வேண்டும். தாண்டி இறங்கினால், விலைகள் மேலும் இறங்கும். அங்கிருந்து கிளம்பினால், அப் டிரண்ட் தொடர்கிறது என்று பொருள்.

டவுன் டிரண்டில் மேலே வந்து கேப்பை நிறைவு செய்யும். அதன்பின் இறங்கவேண்டும். இறங்கினால் டவுன் டிரண்ட் உறுதி. தவறி அப்படியே மேலேறினால் டவுன் டிரண்ட் முடிந்தது என்று பொருள்.

கேப் டாசுகி (Gap Tasuki)

இது மற்றொரு தொடரும் (Continuation) பேட்டர்ன். விலை ஏறுமுகத்தில் இருக்கிறது. அப்போது கேப் விட்டு மேலே ஒரு வெள்ளை கேண்டில் விழுகிறது. அடுத்து ஒரு கருப்பு கேண்டில்.

அந்தக் கருப்பு கேண்டிலின் உடம்பு அதற்கு முந்தைய வெள்ளை கேண்டிலின் உயரத்துக்குள் அடங்குகிறது. இப்படி முடிந்தால், அது அப் டிரண்ட் தொடரப்போகிறது என்று சைகை காட்டு கிறது, சமிக்ஞை கொடுக்கிறது.

இறங்குமுகத்திலும் கேப் விழுந்தபிறகு விழும் முதல் கேண்டில் கருப்பாக இருந்து, அதற்கு அடுத்த கேண்டில் வெள்ளையாக இருந்து, அதுவும் அதன் உடல், முந்தைய கருப்பு கேண்டிலின் அளவைவிடச் சிறியதாக இருந்தால், விலைகள் விழுவது நிற்கப்போவதில்லை என்று பொருள்.

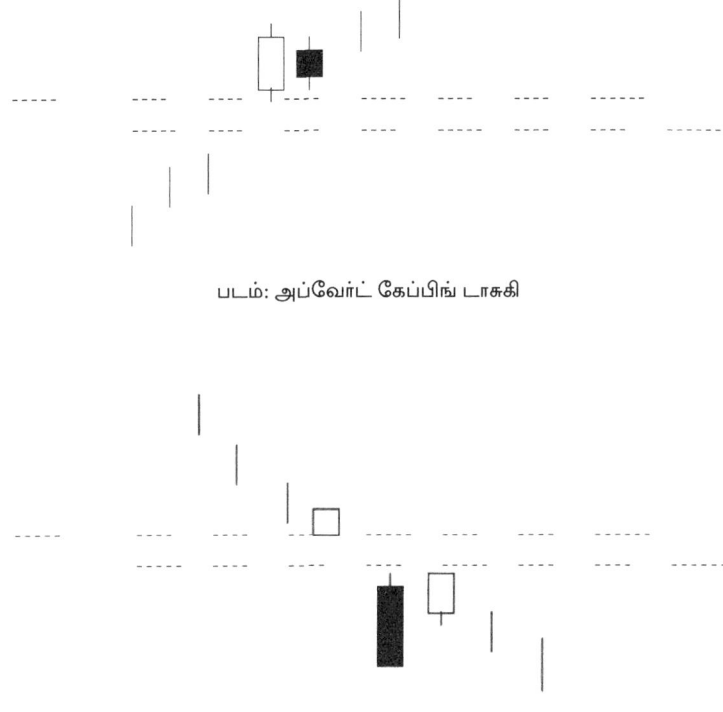

படம்: அப்வோர்ட் கேப்பிங் டாசுகி

படம்: டவுன்வோர்ட் கேப்பிங் டாசுகி

கேப்பிங் பிளேஸ் (Gaping Plays)

ஒரு சில தினங்கள் விலைகள் நன்றாக உயர்ந்தபின், அந்த விலையை ஜீரணிக்க வேண்டி, ஒரு கன்சாலிடேஷன் வரும். கன்சாலிடேஷன் என்றால், ஒரு டப்பாவுக்குள் மாவைக் கொட்டிவிட்டு, அதைக் குலுக்குவது, அசைத்து அசைத்துச் சரி செய்வது போன்றது.

பங்குச் சந்தையில் கன்சாலிடேஷன் என்றால், ஒரு பங்கின் குறிப்பிட்ட உயர்ந்த விலையை அடைந்ததும், அந்த விலையை ஒட்டி அப்படியும் இப்படியுமாகச் சில நாள்கள் விலைகள் நடக்கும்.

அதன்பிறகு கேப் விட்டு விலை ஏறினால், அப் டிரண்ட் தொடருகிறது என்று பொருள்.

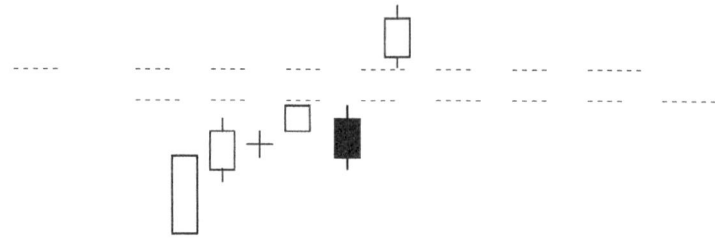

படம்: ஹை பிரைஸ் கேப்பிங் பிளே

இறங்குமுகத்திலும் அதேதான். கேப் விழுகிறது. சரி. அதற்கு முந்தைய கேண்டில்கள் எப்படி என்று பார்க்கவேண்டும்.

முந்தைய கேண்டில்கள் சில சிறிய உடலுடைய, கிட்டத்தட்ட ஒரே விலையை ஒட்டிய கேண்டில்களாக இருந்து, அதற்கும் முன்பு, நீண்ட கருப்பு கேண்டில்கள் விழுந்திருந்தால், விலைகள் பெரியதாக விழுந்து, சற்று நிதானித்து கன்சாலிடேட் ஆகி பின்பு ஒரேயடியாக கேப் விட்டு விழுகிறது என்று அர்த்தம். அப்படி யென்றால், வீழ்ச்சிக்கு எதிர்ப்பு வராது. மேலும் விழும் என்பது உறுதியாகிறது.

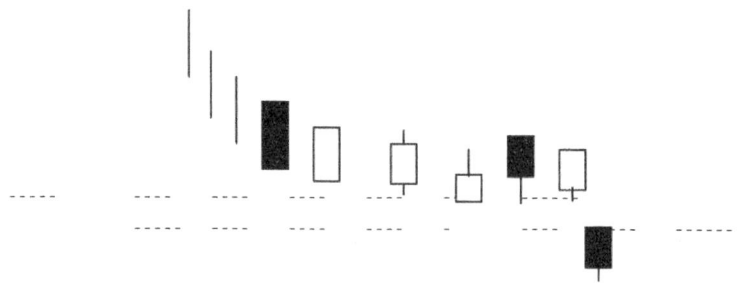

படம்: லோ பிரைஸ் கேப்பிங் பிளே

கேப்பிங் சைடு பை சைடு வொயிட் லைன்ஸ்
(Gaping side-by-side white lines)

அப் டிரண்ட் நடக்கிறது. கேப் அப் ஓபனிங். கேண்டில்களுக்கு இடையே கேப் விழுகிறது. முதல் கேண்டில் வெள்ளை. அடுத்த கேண்டிலும் அதே அளவு நீளம். நிறமும் வெள்ளை. அப் டிரண்ட் தொடர்கிறது என்று அர்த்தம்.

இறங்கு முகம். கேப் விட்டு வெள்ளை கேண்டில் (கவனிக்கவும் கருப்பு அல்ல, வெள்ளை கேண்டில்). அடுத்த கேண்டிலும் வெள்ளையே. அதே நீளம். டவுன் டிரண்ட் தொடர்கிறது என்று அர்த்தம். அதுசரி டவுன் டிரண்டில் அடுத்தடுத்து இரண்டு வெள்ளை கேண்டில்களுக்குப் பிறகுமா இறக்கம்? ஆமாம். இந்த வெள்ளை கேண்டில்களுக்குக் காரணம், ஷார்ட் கவரிங் தான்.

அப் டிரண்டில் கேப்பிங் சைடு பை சைடு வொயிட் லைன்ஸ்

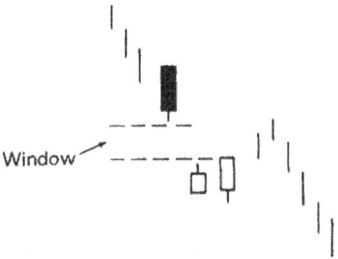

டவுன் டிரண்டில் கேப்பிங் சைடு பை சைடு வொயிட் லைன்ஸ்

த்ரீ மெத்தட்ஸ் (Three Methods)

இதில் இரண்டு வகைகள் உள்ளன. முதலாவது 'உயரும் மூன்று' முறை. Raising three methods.

முதல் கேண்டில் நல்ல நீளமானது. அடுத்து விழும் மூன்று கேண்டில்கள் சிறியவை. சிறியவை என்றால் முதலாவது வெள்ளை கேண்டிலின் உடலுக்குள் பொருந்துகிற அளவு (ஆமாம் ஹராமி போலவேதான்) சிறியவை. நிறங்கள் எதுவாகவும் இருக்கலாம். மூன்றுமே கருப்பாகவும் இருக்கலாம். பெரும்பாலும் கருப்பாகவே இருக்கும்.

அதன்பின் விழுவது நீண்ட வெள்ளை கேண்டிலாக அமையும். இது மேற்கத்திய நாடுகளில் சொல்லப்படும் கொடி (Flags) அல்லது பென்டான்ட் (கழுத்தில் மாட்டிக்கொள்ளும் டாலர்) ஃபார்மேஷனுக்கு ஒப்ப.

படம்: ஏறுமுகத்தில் ரைசிங் த்ரீ

இறங்குமுகத்திலும் இந்தக் கொடி உருவாகலாம். முதல் கேண்டில், நீண்ட கருப்பு கேண்டில். அடுத்து வரிசையாக மூன்று சிறிய (முந்தைய நீண்ட கருப்பு கேண்டிலின் உடலுக்குள் பொருந்துகிற அளவு) வெள்ளை கேண்டில்கள். அதன்பிறகு, முதல் நாள் முடிவுற்ற விலைக்குக் கீழ் தொடங்கி பெரியதாக விழுந்து உருவாக்கும் நீண்ட கருப்பு கேண்டில். இது அபசகுனம். விலை மேலும் விழும்; வீழ்ச்சி தொடரும் என்று காட்டுவது.

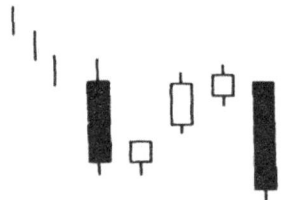

படம்: இறங்குமுகத்தில் ஃபாலிங் த்ரீ

கப் வித் ஹேண்டில் (Cup with Handle)

ஒரு அப் டிரண்டில், விலைகள் சற்று மேலும் கீழும் அசைந்து அசைந்து உறுதி செய்துகொண்டபின் ஏற்படுவதுதான் கப் வித் ஹேண்டில். படம் பார்த்தால் ஒரு கோப்பையும் அதன் கைப் பிடியும் போலவே இருக்கும். கைப்பிடிக்குப் பிறகு சற்று உயர்ந்தாலும், ராக்கெட் போல விலை துரித கதியில் சர்ரென்று மேலேறிவிடும். இதனை 'பிரேக் அவுட்' என்பார்கள்.

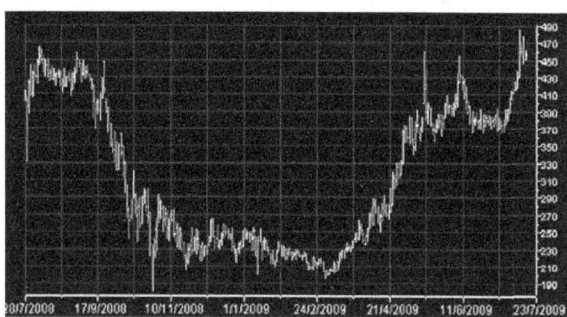

படம்: ஜூலை 2009: விப்ரோ பங்கில் கப் வித் ஹேண்டில். அதன் பிறகு, விலை ஏறியது. நவம்பர் 2009-ல் ரூ. 630.

கப் என்பது சில மாதங்களில் (1 முதல் 6 வரை) உருவானதாக இருக்க வேண்டும். அதன் அடிப்புறம் நன்கு வளைந்து U போல

இருக்க வேண்டும். V போல அல்ல. கப்பின் இருபக்க உயரங்களும் சம அளவு இருந்தால் மிகவும் சரி. இடைவெளி விட்டு வரும் இரண்டு உச்சங்கள்தான் கப்பின் மேல் கோடு. இரண்டாவது முறை தொட்டு கீழிறங்கி உடன் (வெள்ளையாகத்தான்) ஒன்று முதல் 4 வாரங்கள் வரை மேலே வந்து விளிம்பைத் தொட, ஹேண்டில் முற்றுப்பெறும். அங்கிருந்துதான் விலை ராக்கெட் போலக் கிளம்பும். ஹேண்டிலைத் தாண்டும்போது நல்ல வால்யூம் இருக்கவேண்டும். எவ்வளவு தூரம் போகலாம் என்றால், வலதுபக்க உச்சத்தில் இருந்து, அடிமட்டம் வரை உள்ள அளவுக்கு ஹேண்டிலுக்குமேல் போகலாம். அவ்வளவு வலு இந்த பேட்டர்னுக்கு உண்டு.

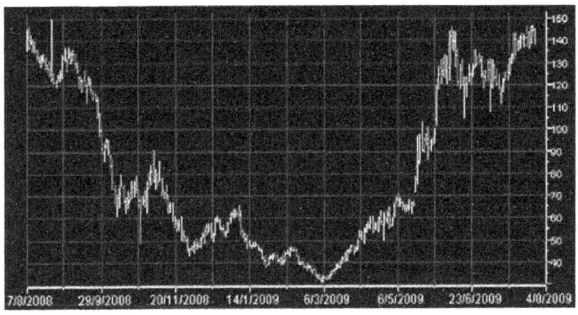

படம்: வோல்டாஸ் பங்கில் கப் அண்ட் ஹேண்டில்

ட்வீசர்ஸ் டாப்ஸ் அண்ட் பாட்டம்ஸ் (Tweezers tops & bottoms)

ட்வீசர்ஸ் என்றால், நூடுல்ஸ் உணவை எடுத்துச் சாப்பிட ஜப்பானியர்கள் பயன்படுத்தும் இரு பென்சில் போன்ற பிளாஸ்டிக் குச்சிகள். அதே அர்த்தத்தில்தான், இங்கேயும் குறிப்பிடுகிறார்கள். இரண்டு ஒரே அளவு நீளமான குச்சிகள் ஒன்றின் பக்கத்தில் ஒன்று இருப்பது போல இரண்டு கேண்டில்கள் விழுந்தால் அதன் பெயர் ட்வீசர்ஸ் (பன்மை).

உயர்கிற டிரண்டில் மேலே விழுந்தால், ட்வீசர்ஸ் டாப். இறங்கு முகத்தில் கீழே விழுந்தால், ட்வீசர்ஸ் பாட்டம். அடுத்தடுத்த வர்த்தக தினங்களில் விழும் கேண்டில்கள் (அதன் உடல் மட்டுமோ அல்லது திரி, வால் எல்லாம் சேர்ந்தோ) ஒரே அளவாக இருந்தால், அது டிரண்ட் ரிவர்சல் ஆக மாறலாம். இரண்டாவது கேண்டில் ஹராமியாக இருந்தால் டிரண்ட் ரிவர்சல் உறுதி.

இரண்டாவது கேண்டில் ஹராமியாகவோ, ஹேமராகவோ, இன் வெர்ட்டட் ஹேமராகவோ இருக்கலாம். உயரங்கள் முக்கியம்.

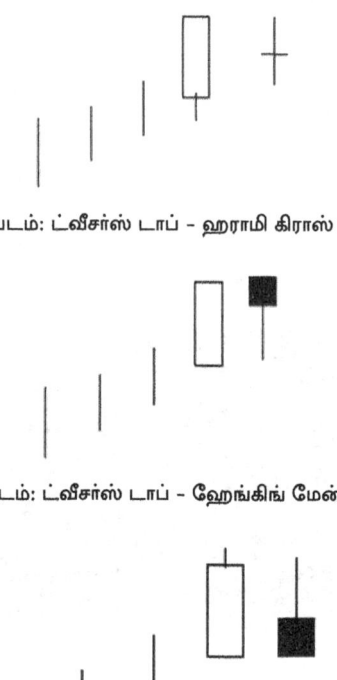

படம்: ட்வீசர்ஸ் டாப் - ஹராமி கிராஸ்

படம்: ட்வீசர்ஸ் டாப் - ஹேங்கிங் மேன்

படம்: ட்வீசர்ஸ் டாப் - ஷூட்டிங் ஸ்டார்

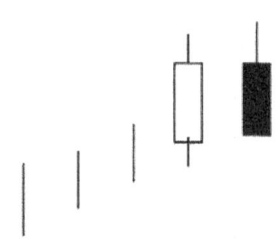

படம்: ட்வீசர்ஸ் டாப் - டார்க் கிளவுட் கவர்

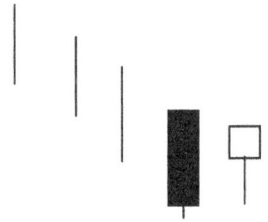

படம்: ட்வீசர்ஸ் பாட்டம் - ஹேமர்

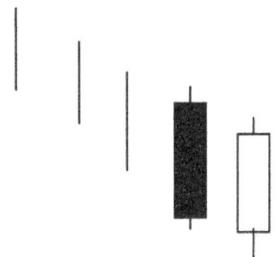

படம்: ட்வீசர்ஸ் பாட்டம் - பியர்சிங் பேட்டர்ன்

பெல்ட் ஹோல்ட் லைன்ஸ் (Belt Hold lines)

இது இறங்குமுகத்தில் அல்லது ஏறுமுகத்தில் வரலாம்.

புல்லிஷ் என்பது விலைகள் இறங்குமுகமாக இருக்கும் டிரண்டில் தொடக்கத்தில் விலை கீழே தொடங்கி, பிறகு தொடர்ந்து மேலே போய் முடியும். இதனை White opening shaven bottom என்றும் சொல்வார்கள். இப்படி நிகழ்வது ஓட்டம் (Rally) இருக்கிறது என்பதற்கான அறிகுறி.

பேரிஷ் பெல்ட் ஹோல்ட் லைன் என்பது, விலைகள் ஏறுமுகமாக இருக்கும் டிரண்டில், ஒரு தினத்தில் விலைகள் உயரத்தில் தொடங்கியபின் நாள் முழுக்க இறங்கி, கீழே முடியும் கருப்பு கேண்டில். இதனை Black opening shaven head என்றும் அழைப்பார்கள்.

இரண்டிலும் முக்கியம் ஒருபுறம் தான் திரி இருக்கும். புல்லிஷில் கீழ் திரி இருக்காது. தொடக்கமும் தினத்தின் குறைந்த விலையும்

(Opening & low) ஒன்று. பேரிஷில் மேல் பக்கம் திரி இருக்காது. தினத்தின் தொடக்க விலையும் அதிகபட்ச விலையும் (Opening & High) ஒன்று.

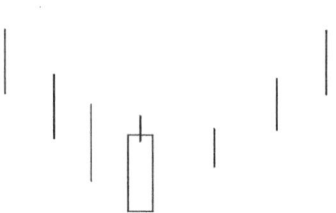

படம்: புல்லிஷ் பெல்ட் ஹோல்ட்

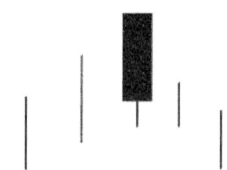

படம்: பேரிஷ் பெல்ட் ஹோல்ட்

பெல்ட் ஹோல்ட் லைன் எவ்வளவுக்கு எவ்வளவு உயரமாக / நீளமாக இருக்கிறதோ, அவ்வளவுக்கு அவ்வளவு வலுவானது. புல்லிஷ் என்பது உயரும். பேரிஷ் இறங்கும்.

தன் வயிற்று பெல்ட்டை இறுகப் பற்றிக்கொண்டு, எதிராளியை மல்யுத்த வளையத்துக்கு வெளியே தள்ளும் அடையாளமாகத் தான் இதற்கு இந்தப் பெயர்.

த்ரீ மவுண்டன்ஸ் & த்ரீ ரிவர்ஸ் (Three Mountains & Three Rivers)

இவற்றை மேற்கத்திய நாடுகளில் டிரிபிள் டாப், டிரிபிள் பாட்டம் என்றும் சொல்வார்கள். அப் டிரண்டில் விலைகள் ஒரு உச்சத்தைத் தொடும். பின் விழும். மீண்டும் எழுந்து மேலே போகிறது. ஒரு உச்சம். மீண்டும் விழுதல். மூன்றாவது முறையும் காளைகள் விடா மல் விலைகளை ஏற்றுகிறார்கள். அதே அளவு அல்லது அதற்கு முன்பாகவே, முடியாமல் விட்டு விடுகிறார்கள். அவ்வளவுதான் மும்முறை முயன்று முடியவில்லையா? காளைகளின் பிடி தளர்ந்து கரடிகளுக்கு வெற்றி என்று பொருள். விலைகள் தடதடவென விழும்.

மூன்றாவது முறை வெற்றி பெற்று விட்டதோ, அது நல்ல புல்லிஷ்.

இதற்கு நேர் எதிர் டிரிபிள் பாட்டம். அல்லது (ஜப்பானியர்கள் வழியில்) த்ரீ ரிவர் பாட்டம்ஸ். ஒருமுறை விழுந்து, தடுமாறி எழுந்து, மீண்டும் விழுந்து மீண்டும் எழுந்து... மூன்றாவது முறை எழுந்து உயர்ந்துவிட்டால் அதன்பின் வீறுகொண்டு ஓடும். நன்றாக உயரும்.

படம்: த்ரீ மவுண்டன் டாப்ஸ்

படம்: த்ரீ ரிவர் பாட்டம்ஸ்

த்ரீ புத்தா

இதனை அமெரிக்கர்கள் ஹெட் & ஷோல்டர்ஸ் பேட்டர்ன் என்பார்கள். இரு தோள்களுக்கு இடையே உயரமாகத் தலை யிருக்குமே அப்படி. மூன்று புத்தர்கள் என்றால், புத்தர் கோவில் களில் இருக்கும் மூன்று புத்தர் சிலைகளில் நடுவில் இருப்பது இரு பக்கங்களிலும் இருப்பதைவிட உயரமாக இருக்குமாம். அதைப்போல இருப்பதால் இந்தப் பெயர்.

அதுவே தலைகீழாக இறங்குமுகத்தில் (ரிவர் போல) நிகழ்ந்தால் ஜப்பானில் இன்வர்ட்டட் த்ரீ புத்தா. மேற்கத்திய நாடுகளில் இன்வர்ட்டட் ஹெட் & ஷோல்டர்ஸ்.

படம்: த்ரீ புத்தா டாப்ஸ்

மூன்றாவது முயற்சியும் தோல்வி அடைந்தால், ரேலி எதிர்ப் புறம் தொடங்கும். இதுதான் இவை சொல்லும் ஒற்றை வரிச் செய்தி. டபுள் டாப் பாட்டம் போன்றவற்றில் டபுள் டாப் இருந்து திரும்பினாலும் ரேலி வலுதான். டிரிபிள் டாப், டிரிபிள் பாட்டம் மிக மிக வலு.

இவை தவிர, ஃப்ரை பேன் டாப், ஃப்ரை பேன் பாட்டம், டவர் டாப், டவர் பாட்டம், பாலிஷ் வெட்ஜ், பம்ப் & ரன் ரிவர்சல் போன்ற ரிவர்சல் பேட்டர்ன்களும் உண்டு.

டபுள் டாப்ஸ் தகர்க்கபட்டால் விலை அதன் பிறகு வேகமாக உயரும்.

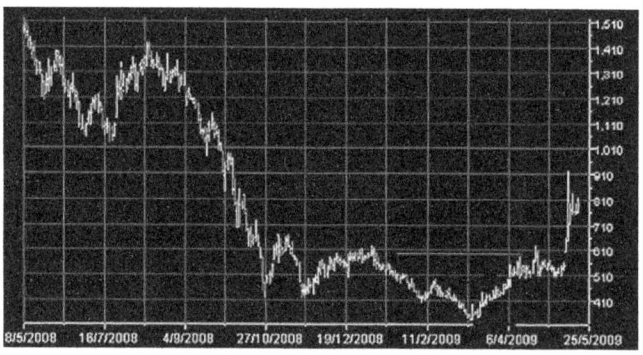

படம்: ஆதித்ய பிர்லா லிட், டபுள் டாப்புக்குப் பிறகு, விலைகள் சடாரென உயர்தல்.

அதே சமயம், டபுள் டாப்பினைத் தாண்ட முடியாவிட்டால் (இரண்டாவது தடவையும்) அதன் பிறகு விழுந்தால் அதிகம் விழும். வேகமாகவும் விழும்.

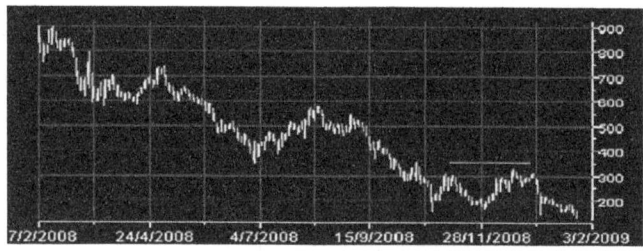

படம்: DLF, டபுள் டாப்பை உடைக்க முடியாமல் விலை கடுமையாக வீழ்வது

படம்: ரிலையன்ஸ் கம்யூனிகேஷன் பங்கு விலை டபுள் டாப்பினைத் தாண்ட முடியாமல், விழுவது.

கேண்டில்களைப் பயன்படுத்துவது

கணிசமான அளவு கேண்டில்களும் பேட்டர்ன்களும் பார்த்தாகி விட்டது. அவை என்ன தெரிவிக்கின்றன என்பதையும் பார்த்தாகிவிட்டது. பலவற்றையும் ஒரு சேர பார்த்ததினால், எதற்கு எது என்கிற தெளிவு ஒருசிலருக்கு கிடைக்காமல் இருக்கலாம்.

அந்தத் தெளிவைப் பெறுவதற்காக, கேண்டில்கள் மற்றும் பேட்டர்ன்கள் பற்றி சுருக்கமாக இப்படிச் சொல்லலாம்.

1. கேண்டில்களும் பேட்டர்ன்களும் பார்த்தவை இரண்டு வகையானவை. ஒன்று தனிப்பட்ட கேண்டில்கள். மற்றொன்று, ஒன்றோடு ஒன்று சேர்த்துப்பார்த்து அர்த்தம் புரிந்துகொள்ளவேண்டிய பேட்டர்ன்கள்.

2. அவை தெரிவிக்கும் தகவல்கள் இரண்டு வகையானவை. முதலாவது, டிரண்ட் தொடரும்; (இப்போதைக்கு) மாற்ற மில்லை என்பதைத்தான். அதற்குப் பெயர் கண்டினுவேஷன் பேட்டர்ன். அடுத்த வகை, நடக்கிற டிரண்ட் மாறப்போகிறது என்பதை அறிவிப்பவை. அவற்றுக்கு டிரண்ட் ரிவர்சல் பேட்டர்ன் என்று பெயர்.

3. டிரண்ட் என்றால் இரண்டு வகைகள் உண்டு. ஒன்று ஏறுமுக மான அப் டிரண்ட். மற்றது, இறங்குமுகமான டவுன் டிரண்ட். எதில் என்ன ரிவர்சல்கள் என்பதையும் தெரிந்துகொள்ள முடியும்.

எதற்கு எது?

கீழே கொடுக்கப்படும் பட்டியலில், இந்த புத்தகத்தில் எழுதப் படாத சில சார்ட் மற்றும் பேட்டர்ன்களும் இருக்கும்.

(அ) ரிவர்சல் கேண்டில்கள் (டவுண் டிரண்ட் மாறப்போகிறது) விலை உயரப் போவதை அறிவிப்பவை

டவுன் டிரண்டில் ஹேமர்
டவுன் டிரெண்டில் டோஜி
டவுன் டிரண்டில் ஸ்பின்னிங் பாட்டம்
டவுன் டிரண்டில் ட்வீசர்ஸ் பாட்டம்
டவுன் டிரண்டில் பியர்சிங் லைன்
டவுன் டிரண்டில் இன்வர்ட்டட் ஹேமர்
டவுன் டிரண்டில் மார்னிங் ஸ்டார்

(ஆ) பேர் கேண்டில்கள் (அப் அல்லது டவுன் டிரண்ட்) மாறப் போகிறது என்பதை தெரிவிப்பவை

அப் டிரண்டில் ஹேங்கிங் மேன்
அப் டிரண்டில் ஷூட்டிங் ஸ்டார்
அப் டிரண்டில் டோஜி
அப் டிரண்டில் ஸ்பின்னிங் டாப்
அப் டிரண்டில் டார்க் கிளவுட் கவர்
அப் டிரண்டில் ட்வீசர்ஸ் டாப்
அப் டிரண்டில் ஈவினிங் ஸ்டார்

(இ) ரிவர்சல் பேட்டர்ன்ஸ் (டிரண்ட் மாறப்போகிறது என்பதைத் தெரிவிப்பவை)

டபுள் பாட்டம்
டிரிபிள் பாட்டம்
டபுள் டாப்
டிரிபிள் டாப்
ஹெட் & ஷோல்டர்
இன்வர்ட்டட் ஹெட் & ஷோல்டர்
ரவுண்டிங் பாட்டம்
கப் அண்ட் ஹேண்டில்

பம்ப் அண்ட் ரன் ரிவர்சல்
ரைசிங் வெட்ஜ் (பேர்)
ரைசிங் வெட்ஜ் (புல்)
அப்சைட் கேப் & டூ குரோஸ் (Upside Gap & Two Crows)
கவுண்டர் அட்டாக் லைன்ஸ் (Counter attack lines)

(ஈ) கன்டினியூவேஷன் பேட்டர்ன்ஸ் (நடக்கும் டிரண்ட் தொடரும் என்று உறுதி செய்பவை)

சில நேரங்கள் வாங்குவதற்கான நேரங்கள். வேறு சில நேரங்கள் விற்பதற்கானவை. இவை தவிர சில நேரங்களும் பங்குச் சந்தையில் வரும். அவை சும்மா இருக்கவேண்டிய நேரங்கள்.

கன்டின்யூவேஷன் என்றால் தொடர்ச்சி. அது ஏறுமுகமோ, இறங்கு முகமோ, நடப்பது தொடர்ந்து நடக்கும். எவை தொடரும் நிலைகள் என்பதை சில வகை சார்ட்டுகள் காட்டும். அவற்றில் சில.

டிரையாங்கிள்
ரெக்டாங்கிள் (சிமெட்ரிக்கல், அசெண்டிங், டிசெண்டிங்)
ஃபிளாக் (Flag)
சேனல்
ஹையர் டாப் ஹையர் பாட்டம் (டவ் தியரி) ஏறுமுகம் தொடர்கிறது
லோவர் டாப் லோவர் பாட்டம் (டவ் தியரி) (இறங்கு முகம் தொடர்கிறது)

8. பிற இண்டிகேட்டர்கள்

கேண்டில்கள் பற்றி ஓரளவு விரிவாகப் பார்த்தாகிவிட்டது. கேண்டில்கள் டெக்னிக்கல் அனாலிசிஸில் ஒரு வழிமுறை. அது தவிர இன்னும் பல வழிமுறைகளும் இருக்கின்றன. டிரேடிங் செய்பவர்கள் அவற்றைப் பற்றியும் தெரிந்துகொள்ள வேண்டும். அவற்றை இப்போது சுருக்கமாக பார்த்துவிடலாம்.

(அ) மார்க்கெட் இண்டிகேட்டர்கள்

ஒரு குறிப்பிட்ட பங்கின் விலை எப்படி நகர்கிறது, அது மேலும் எப்படியெல்லாம் நகரும் என்று கண்டுபிடிப்பதற்கு, அதற்கான அடையாளங்கள், சமிக்ஞைகள் உண்டு. அவற்றில் ஒன்று கேண்டில் ஸ்டிக் முறை என்று பார்த்தோம். அவை போக, மொத்தப் பங்குச் சந்தையும் எப்படி நகரும் என்று அடையாளம் காட்டுபவை, சமிக்ஞை கொடுப்பவை என்று சில உள்ளன. அந்த இண்டிகேட்டர்கள் வருமாறு.

1. மானிடரி இண்டிகேட்டர்கள்
2. செண்டிமெண்ட் இண்டிகேட்டர்கள்
3. மொமெண்டம் இண்டிகேட்டர்கள்

பணவீக்கம் குறைகிறதா, அதிகரிக்கிறதா? ரிசர்வ் வங்கி வட்டி விகிதங்களை (CRR, ரெப்போ, ரிவர்ஸ் ரெப்போ ரேட்கள்) உயர்த்துகிறதா, இறக்குகிறதா?

நாட்டில் கிரெடிட் குரோத் எனப்படும், வர்த்தகத்துக்காக மக்கள், நிறுவனங்கள் கடன் வாங்குவது அதிகரிக்கிறதா, குறைகிறதா?

இவற்றையெல்லாம்தான் மானிடரி இண்டிகேட்டர்கள் என்கிறோம். அவற்றை வைத்து பங்குச் சந்தை எப்படி, எந்தத் திசையில் நகரும் என கணிக்கலாம்.

'செண்டிமென்ட்' என்றால் மக்களின் மனநிலை. சந்தையில் இயங்குபவர்கள் புல்லிஷ் ஆக இருக்கிறார்களா, பேரிஷ் ஆக இருக்கிறார்களா என்று பார்ப்பது. இது எப்படிச் சாத்தியமாகும் என்றால், 'புட்', 'கால்' என்ற ஆப்ஷன்கள் இருக்கின்றனவே, அவற்றைப் பார்த்தால் போதும். அவற்றில் எதன் பக்கம் எவ்வளவு மக்கள் இருக்கிறார்கள் என்று பார்த்து அதன் அடிப்படையில் முடிவு செய்ய முடியும்.

புட் ஆப்ஷன் அதிகம் என்றால், மக்கள் விற்று வைக்கிறார்கள் என்பதும், கால் ஆப்ஷன் அதிகம் என்றால், மக்கள் வாங்கு கிறார்கள், விலைகள் உயரும் என்று நம்புகிறார்கள் என்றும் பொருள். 'புட் கால் ரேஷியோ' என்பார்கள். எது எவ்வளவு என்கிற விகிதம் மொத்தச் சந்தைக்கும் இது ஒரு இண்டிகேட்டர்.

தவிர குறியீட்டு எண் நிப்டி எப்படி உள்ளது? கேஷ் மார்க் கெட்டில் 5000 என்று உள்ளது என்று வைத்துக்கொள்வோம். அப்போது F&O மார்க்கெட்டில் அதே நிப்டி எவ்வளவாக இருக்கிறது? உதாரணத்துக்கு அது 5040 என்றால், 40 புள்ளிகள் பிரிமியத்தில் (கூடுதல் விலையில்) ஃபியூச்சர்ஸில் வாங்கு கிறார்கள். வாங்கியவர்கள் விற்காமல் வைத்திருக்கிறார்கள் என்று பொருள். அப்படியென்றால் மார்க்கெட் சென்டிமென்ட் 'புல்லிஷ்'தானே.

இவற்றை வைத்து, மார்க்கெட் மேலே ஏறும் என்று முடிவு செய்பவர்களும் உண்டு. 'அப்படியா சங்கதி! அதெப்படி இவ்வளவு பிரிமியத்தில் இருக்க முடியும். அதனால் மார்க்கெட் (பலரும் எதிர்பாராத வகையில்) விழும் என்கிற கணிப்பு செய்து ஷார்ட் போவார்கள்! இதுதான் நேர்மாறான நிலைப்பாடு. 'கான்ட்ரரியன் வியு' என்பார்கள்.

மூன்றாவது மார்க்கெட் இண்டிகேட்டர், மொமெண்டம் இண்டிகேட்டர். எவ்வளவு பங்குகள் விலை உயர்கின்றன அல்லது இறங்குகின்றன? எவ்வளவு குவாண்டிட்டி வியாபாரம் (வால்யூம்) நடக்கிறது? எவ்வளவு பங்குகள் 52 வார உச்சங்கள், அல்லது அடிமட்டங்களைத் தொடுகின்றன என்பனவற்றைக் கொண்டு மொமெண்டம் பற்றிய முடிவுகள் எடுக்கப்படு கின்றன.

(ஆ) டவ் தியரி

வால் ஸ்ட்ரீட் ஜர்னல் என்ற இதழில், சார்லஸ் டவ் 1900 முதல் 1902 வரை எழுதிய கட்டுரைகளின் தொகுப்பே டவ் தியரி. இன்று வரை ஒரு நூற்றாண்டைத் தாண்டியும் செல்லுபடியாகிறது. அவர் சொன்னதன் சாரம் இதுதான்.

1. மார்கெட்டில் நடப்பவற்றை பங்கு விலைகள் காட்டிக் கொடுத்துவிடும்.

2. மார்க்கெட்டில் மூன்று விதமான டிரெண்டுகள் உள்ளன.

ஒன்று, பிரைமரி டிரெண்ட். அது ஏறுமுகமாகவோ, இறங்குமுக மாகவோ இருக்கலாம். அது ஓராண்டுக்கு குறையாமல் போகும். கூடுதல் ஆண்டுகளும் போகலாம். மார்க்கெட் ஏறுமுகமாக இருந்தால், தொடர்ந்து புதிய புதிய உயரங்களையோ (நியு ஹைஸ்), இறங்குமுகமாக இருந்தால், புதிய பதிய குறைவு களையோ (நியூ லோஸ்) அடையும்.

இரண்டாவது டிரண்ட், பிரைமரியின் கரெக்டிவ் டிரண்ட் ஆகும். முதலாவது ஏறுமுக டிரண்ட் என்றால், இது அதனுள் அடங்கும் சிறிய இறங்குமுகங்களாக இருக்கும்.

இவை மூன்று மாதங்கள்வரை இருக்கலாம். உயருவது இறங்கும். மீண்டும் உயரும். பழைய உயரத்தைத் தாண்டும். மீண்டும் இறங்கும். ஆனால் பழைய இறக்கத்துக்கு கீழ் போகாது. Forming higher tops and higher lows என்பது நடக்கும்.

பிரைமரி டிரெண்ட் டவுன் என்றால், இடையில் சற்று உயரும். ஆனால் முந்தைய உயரம் போகாது. பின்பு விழும். விழுவது

முந்தைய அளவைவிட அதிகமாகக் கீழே விழும். Forming lower highs and lower lows.

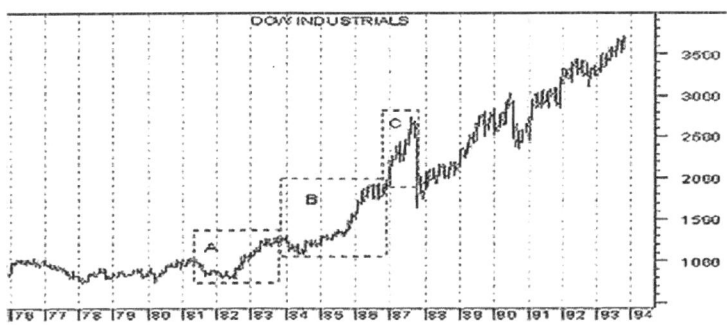

படம்: 1981 - 1987 டவ் இண்டஸ்டிரியல் ஆவரேஜ்

மூன்றாவது மைனர் டிரண்டுகள். அவை ஒரு நாள் முதல் மூன்று வாரங்கள் வரைகூட இருக்கலாம்.

சார்லஸ் டவ் 1877-ல் அமெரிக்கப் பங்குச் சந்தையில் இரண்டு குறியீட்டு எண்களை உருவாக்கினார். ஒன்று, பன்னிரண்டு மிகச் சிறந்த (புளூ சிப்) பங்குகளைக் கொண்ட 'இண்டஸ்ட்ரியல் ஆவரேஜ்'. இரண்டாவது 20 ரயில் ரோடு நிறுவனங்களைக் கொண்ட 'ரயில் ஆவரேஜ்'.

அந்த இரண்டு குறியீட்டு எண்களும் ஒரே திசையில் பயணிக்க வேண்டும் என்றார். அப்போதுதான் டிரண்ட் உறுதி என்றார்.

பிரைமரி டிரெண்டில் மூன்று பகுதிகள் உண்டு. முதலாவது டிரெண்டின் தொடக்கம். பெரும்பாலானவர்கள் இத்தனை ஏறுமுக டிரெண்டின் தொடக்கமாக பார்க்காமல், பொறுத்தது போதும் என்று கையிலிருப்பதை விற்பார்கள். அடுத்த டிரெண்டில் கார்ப்பரேட் சம்பாத்தியங்கள் அதிகரிக்கும். அதனால் பலரும் பங்குகளை வாங்குவார்கள். மூன்றாவது கட்டம், கார்ப்பரேட் சம்பாத்தியங்கள் அதிகரிக்க, பங்கு விலைகள் கடுமையாக உயரும். அப்போது விவரம் அறிந்த முதிர்ச்சியுள்ள முதலீட்டாளர்கள் பங்குகளை விற்றுவிட்டு வெளியேறி விடுவார்கள்.

3. நடைபெறும் வால்யூம்கள், டிரெண்டினை (உயர்வோ, தாழ்வோ) உறுதி செய்யும் அளவில் இருக்க வேண்டும்.

(இ) எலியட் வேவ் தியரி

ரால்ப் நெல்சன் எலியட் என்பவர் 1938-ல் 'த வேவ் பிரின்சிபல்' என்பதைப் பிரசுரித்தார். பின்பு அவரே அதை இன்னும் முறைப்படுத்தி இயற்கையின் சட்டம் மற்றும் பிரபஞ்சத்தின் ரகசியம்' (Nature's Law & The Secret of the Universe) என்று வெளியிட்டார்.

அதன் பின்னர், ஹாமில்டன் போல்டன், ராபர்ட் பிரீச்டெர், ராபர்ட் பெக்மேன், கிளென் நீலி முதலியவர்களால் இந்த எலியட் வேவ் தியரி செழுமையடைந்து பல மாற்றங்களும் பெற்றது.

எலியட் வேவ் சொன்னது மிகவும் அடிப்படையானது. சார்ட்டுகளில் உள்ள 'கிராப் லைன்' திசை மாற்றங்கள் அடைவதற்கு இரண்டே காரணங்கள்தான் உண்டு. ஒன்று இம்பல்ஸ் (Impulse). இதனை 'நினைத்தவுடன் செய்வது' என்று சொல்லலாம். அடுத்தது கரெக்டிவ் (Corrective). இதனை 'சரிசெய்வது' என்று சொல்லலாம்.

முதலாவது 'இம்பல்சிவ்' என்றால், வாங்கி விலையேற்றுவதோ, விற்று இறக்குவதோ, இரண்டையுமே ஏதோ ஆசையிலோ அல்லது பயத்திலோதான் மக்கள் செய்கிறார்கள். உடனே செய்கிறார்கள். பலரும் தனித்தனியே செய்வதால், அதையே 'ஓவர்' ஆகச் செய்கிறார்கள்.

செய்தது 'கொஞ்சம் ஓவர்' என்று பின்னர் அவர்களுக்கே படுவதால் (விற்பதோ வாங்குவதோ) அவர்களே பின்பு அதனைச் சரி செய்கிறார்கள். அதிகம் விற்றிருந்தால் வாங்கியும், வாங்கியிருந்தால் விற்றும். இதுதான் சரி செய்வது (Correction).

இந்த 'கரெக்ஷனை' அவர்களேதான் செய்ய வேண்டும் என்பதில்லை. சந்தை (வேறு மக்கள்) செய்கிறது. ('என்ன இது? இந்தப் பங்கு போய் இவ்வளவு விலையா! இருக்கமுடியாதே! விற்று வை. அடித்து விலையை இறக்கு' என்பது போல.)

எலியட் என்ன சொல்கிறார்? இந்த இம்பல்சிவ் அலைகள் என்பது பொதுவாக 5 பகுதிகளைக் கொண்டது என்கிறார். 'இம்பல்சிவ்' என்பது ஒரு அலை (Wave). அந்தப் பெரிய அலைக்குள்ளே 5 குட்டிப் பகுதிகள் உண்டு. (அலைக்குள் அலைகள்!)

அதேபோல 'கரெக்டிவ்' என்பது வேறொரு அலை. அதற் குள்ளும் அலைகள் உண்டு. ஆனால் அதன் உள்பாகங்கள் 3-தான். சில சமயங்களில் அது 5 ஆகவும் இருக்கலாம்.

இம்பல்சிவ் அலை

இந்த அலைக்குள் இருக்கும் 5 சின்ன பகுதிகளுக்கும், நன்றாகப் புரிவதற்காக தனித்தனியாக பெயர் வைத்துக் கொள்ளலாம் 1 - 2 - 3 - 4 - 5 என்று. இந்த 1, 2, 3, 4, 5 குட்டி அலைகளுள், அலை ஒன்றும் (1) அலை மூன்றும் (3) அலை ஐந்தும் (5) ஒரு கட்சி. அதாவது ஆளுங்கட்சி. எந்தப் பக்கமாக 'இம்பல்சிவ்' அலை அடிக்கிறதோ அந்தப் பக்கமாகத்தான் குட்டி அலைகள் 1,3, 5 போகும்.

நல்ல பட்ஜெட் வெளியிடப்படுகிறது என்று வைத்துக்கொள் வோம். பட்ஜெட்டின் தகவல்கள் வெளியாக வெளியாக, என்ன நடக்கும்? பங்குகளின் விலைகள் ஏறும். ஏறுவதற்கு காரணம்? இம்பல்சிவ்னெஸ். உடனடி மனப்பான்மை. நினைத்ததும் செய்வது. 'ஆஹா ! பங்குச் சந்தைக்கு நல்ல செய்தி, பங்குகளை வாங்கிப் போடு' என்று உடனே பலரும் வாங்குவார்கள்.

அதனால் விலை ஏறுவதுதான் குட்டி அலை எண் 1. விலை இப்படி அதிகம் ஏறியதும் என்ன ஆகும்? 'அஹா நல்ல விலை வந்துவிட்டது. கையில் இருப்பதை விற்றுவிடலாம்' என்று சிலர் (அதே நபர்களோ அல்லது வேறு யாரோ) விற்கத் தொடங்குவார்கள். பட்ஜெட் நல்ல பட்ஜெட்தான். சந்தேகமே யில்லை. முதலில் விலைகள் ஏறத்தான் செய்தன. ஆனால் என்னவோ தெரியவில்லை, இப்போது (சிறிது நேரத்தில் அல்லது அடுத்த நாள்/அடுத்த சில தினங்களில்) விலைகள் இறங்குகின்றனவே!

இதுதான் குட்டி அலை 2. ஏறுமுகம்தான். ஆனால் இடையே ஒரு கீழ் நோக்கிய 'ரேலி'. இதனால் மொத்த டிரண்ட் மாறிவிடாது. ஆனால் இடையில் கொஞ்சம் ஆசுவாசம்.

அடுத்து, 'என்ன இது விலை இறங்குகிறதே, நல்ல வாய்ப்பா யிற்றே. பிடி. வாங்கிப்போடு' என்று இன்னொரு அலை அடிக்கும். ரேலி தொடங்கும். இது குட்டி அலை எண் 3. கவனித்திருக்கலாம். ஏறுமுக அலை.

மீண்டும் அலை 4 எதிர்ப்புறமாக. அதன்பின் அலை 5 மேல் நோக்கி. அத்தோடு முடிந்தது இம்பல்சிவ் அலை. இப்படி ஒவ்வொரு அலைக்கும் ஒரு ‘சரி செய்யும்’ கரெக்டிவ் அலை பின்னேயே வரும். (கடற்கரை ஓரம் உட்கார்ந்து அலைகளைக் கவனித்தால் தெரியும். ஒரு அலை கரை நோக்கி ஓடிவரும். பின்பு அதே அலை வடிந்து, கடல் நோக்கியே திரும்பப் போகும், எதிர்த்திசையில்.) இந்த அலைகளின் கால அளவு மாறுபாடானது. அது தனிக் கணக்கு. இவ்வளவு நாள்களுக்கு குட்டி அலை 1 அல்லது குட்டி அலை 2 என்பதெல்லாம் அலை நடக்க நடக்கக் கணக்கெடுத்துக் கொள்ளுவார்கள். முதல் சில அலைகளை வைத்து, அதன் வீரியத்தினைக் கணக்கிடுவார்கள்.

அதே போல இம்பல்சிவ் அலை, கெட்ட செய்தியால் வந்த அலையாகவும் இருக்கலாம். 17 மே 2004 அன்று பங்குச் சந்தைகள் தேர்தல் முடிவுகளால் அலைக்கழிக்கபட்டன. நிலைத்தன்மை இல்லாத கூட்டு அரசு வருகிறது என்றோ அல்லது டிஸின்வெஸ்ட்மெண்டுக்கு எதிரான அரசு மத்தியில் வருகிறதோ என்று பயந்து, சந்தையில் இம்பல்சிவ் அலை ஒன்று அடித்தது. அலையா அது? ராட்சச அலை! ஆனால் மீண்டும் ஏறியது. அதன் பின் இறங்கியது.

இதையே ஒரு படமாகப் பார்த்தால் இப்படித்தான் இருக்கும்.

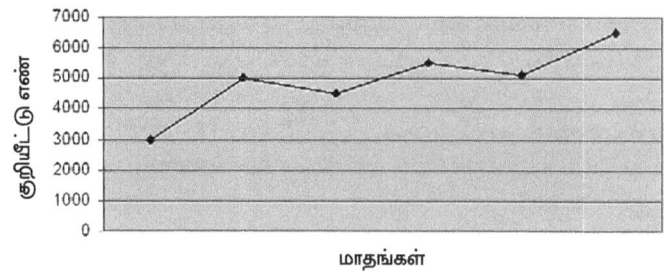

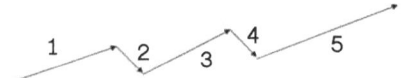

ஒன்று மேலே போக, இரண்டு கீழே வர, மூன்று மேலே போக, நாலு மீண்டும் கீழே வர, ஐந்து மேலே போகும். அவ்வளவே தான்.

எலியட் மேலும் சில விதிமுறைகளைச் சொல்கிறார்.

1. குட்டி அலை 3 என்பது 1, 3, 5 என்ற மூன்றிலும் மிகச் சிறியதாக அமைய முடியாது.

2. குட்டி அலை 4 'ஓவர்லாப்' (Overlap) ஆக முடியாது.

3. குட்டி அலைகள் 2-ம், 4-ம் மாறி வரும்.

4. குட்டி அலைகள் 1, 3-ன் எந்தப் பகுதியும் 0-2 கோட்டை மீறக் கூடாது. (இது நீலியின் விதி)

5. 3, 5-ன் எந்தப் பகுதியும் 2-4 கோட்டை மீறக் கூடாது.

6. 1, 3, 5 ஆகியவைதான் நீடிக்க முடியும்.

7. நீடித்தல் என்றால், ஏற்கெனவே உள்ள மிக நீளமானதைவிட 1.618 மடங்கு ஆக இருத்தல்.

8. 3-வது நீடிக்கும் பட்சத்தில் 5-வது நடைபெறாமல் போக வாய்ப்பு உண்டு.

கரெக்டிவ் அலை

இப்போது பார்க்கப்போவது மொத்த இம்பல்சிவ் அலைக்கும் பெரிய எதிர்ப்பாட்டு. அதாவது பெரிய கரெக்டிவ் அலை. பட்ஜெட் போட்டாகிவிட்டது. நல்ல பட்ஜெட் என்று அனைத்துத் தரப்பினரும் பாராட்ட, ஒரு பெரிய இம்பல்சிவ் அலை. சென்செக்ஸூம் நிப்டியும் ஏறிவிட்டன. அடுத்து?

கரெக்டிவ் அலைதான். பெரிய இம்பல்சிவுக்கு பெரிய கரெக்டிவ். ஏறிய இண்டெக்ஸ் இறங்கும். வேறு வழியே இல்லை என்கிறார் எலியட். காலங்காலமாக எல்லாப் பங்குச் சந்தைகளிலும் அவர் சொல்லியபடித்தான் நடந்துள்ளது! ஏறுவது இறங்கும். இறங்கு வது ஏறும்.

இந்த கரெக்டிவ் அலைக்கு உள்ளும் 3 குட்டி அலைகள் உண்டு என்றும், சமயத்தில் 5 குட்டி அலைகள்கூட உண்டு என்றும்

பார்த்தோம். இவற்றுக்குப் பெயர் 1, 2, 3 கிடையாது. வித்தியாசம் காட்டுவதற்காக, எலியட் இவற்றுக்கு A, B, C என்று பெயரிட்டார். சமயத்தில் A, B, C போக D, E-யும் உண்டு. இந்த கரெக்டிவ் அலைகளில் 3 விதங்கள் உண்டு.

1. ஸிக்ஸாக் (Zigzag) A B C
2. ஃப்ளாட் (Flat) A B C
3. முக்கோணம் (Triangle) A B C D E

ஸிக்ஸாக்கின் அடிப்படை விதிகள்

1. இங்கு A B C என்பது, 5-3-5 அமைப்பு. இதில் A அலையைவிட B அலை 61.8 சதவிகிதம் குறைவாக இருக்கும்

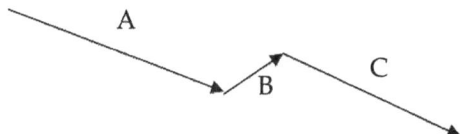

2. C என்பது A-யின் கால அளவுக்கு இருக்கும் அல்லது A-ஐப்போல 1.618 மடங்கு (ஃபிபனோச்சி விகிதம்) அளவு வரை பெரிதாக இருக்கலாம்.

எலியட் விதிகளை பயன்படுத்திப் புரிந்து கொள்ளும் பொழுது...

- இம்பல்சை சரிசெய்யும்போது ஆகும் நேரத்தைவிட, கரெக்டிவ் {கழும் நேரம் அதிகம்.

- கரெக்டிவ்கள் பெரும்பாலும் ஒழுங்காக குட்டி அலை களாகப் பகுக்கப்பட்டிருக்கும். ஆனால் இம்பல்சிவ்கள் அப்படியில்லை.

- ஒவ்வாரு இம்பல்சிவ் மற்றும் கரெக்டிவ் அலையும், மற்றொரு பெரிய அலையின் சிறிய பகுதிதான். அந்தப் பெரிய அலையும்கூட மற்றொரு மிகப்பெரிய அலையின் பகுதிதான்.

இரண்டு நிஜ உதாரணங்களைப் பார்க்கலாம்.

முதலில், ஒரு அப் டிரண்ட் படம். ஏறுமுகத்திலும் சின்னச் சின்ன இறக்கங்கள் வரும். இது 2003 முதல் 2007 வரை பங்குச் சந்தை அப் டிரண்டில் இருந்ததைக் காட்டும் படம்.

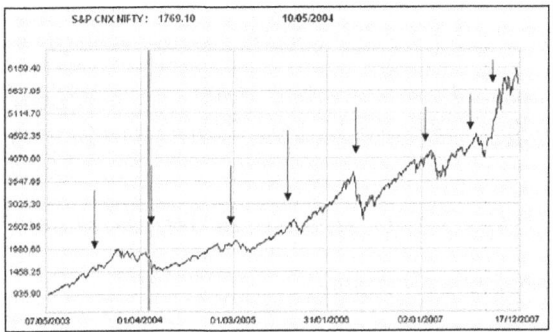

படம்: நிப்டி சார்ட், மே 2003 முதல் டிசம்பர் 2007 வரை

தொடர்ந்து ஏறினாலும் இடை இடையே சிறிது இறங்குகிறது. ஆனால் இறக்கங்கள் எதுவும் அதன் முந்தைய இறக்கம் அளவு இல்லை. அதே போல, அடுத்து அடுத்து வரும் உயர்வுகள், முந்தையதைவிடக் கூடுதல் உயரம். இதுதான் Higher Tops and Higher Bottoms எனப்படுவது.

அடுத்தடுத்து வரும் உயரங்கள் முந்தையதை விட அதிகமாக இருப்பதைப் படத்தில் பார்க்கலாம்.

அடுத்து ஒரு இறங்குமுகத்தின் படம். இறங்குமுகம்தான். ஆனால் நடு நடுவே ஏற்றங்கள். படத்தில்தான் Lower tops and Lower Bottoms எவ்வளவு நன்றாகத் தெரிகிறது!

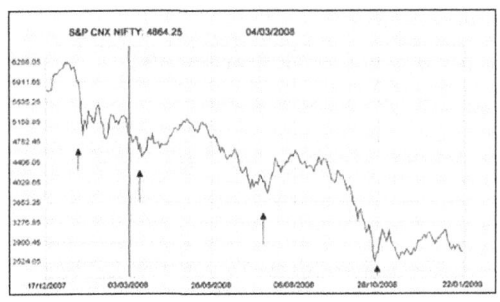

படம்: நிப்டி 2008 ஆண்டு சார்ட்

(ஈ) ஃபிபனோச்சி (FIBONACCI) நம்பர்கள்

இத்தாலி தேசத்தில் 1170-ல் பிறந்த கணித விற்பன்னர் லியானார்டோ ஃபிபனோச்சி. அவர் ஒரு பிரத்யேகமான தொடர் எண்களை உருவாக்கினார். அந்தத் தொடர் எண்களை அவரது பெயரைக் கொண்டு ஃபிபனோச்சி எண்கள் என்கிறார்கள்.

அவர் உருவாக்கிய வரிசையில், ஒவ்வொரு எண்ணும் அதற்கு முந்தைய இரு எண்களின் கூட்டுத் தொகையாக இருக்கும். அந்த எண்கள்,

$$1, 1, 2, 3, 5, 8, 13, 21, 34, 55, 89, 144, 233, 377, 610...$$

என்று தொடர்ந்து போகும்.

எந்த எண்ணுக்கும் அதற்கு முந்தைய எண்ணுக்கும் இடையே உள்ள விகிதம், இறுதியில் 1.618 என்பதை நோக்கிச் செல்லும். ஒரு எண் அதற்கு முந்தைய எண்ணைப் போல 1.618 மடங்கு இருக்கும். அதற்கு அடுத்த எண்ணில் 0.618 மடங்காக இருக்கும்.

இவற்றைப் பற்றி **எட்வர்டு டோப்சன்** என்பவர் ஒரு சுவாரசியமான புத்தகம் எழுதியிருக்கிறார். இந்த எண்களைப் பயன்படுத்தி பங்கு விலைகள் என்ன ஆகும் என்று கண்டுபிடிக்கலாம்.

ஃபிபனோச்சி எண்களைப் பயன்படுத்துவது

ஃபிபனோச்சி எண்களை வைத்து சில ஆராய்ச்சிகள் செய்திருக்கிறார்கள். அவை:

(1) ஆர்க்ஸ் (Arcs)
(2) ஃபேன்ஸ் (Fans)
(3) ரீட்ரேஸ்மெண்ட்ஸ் (Retracements)
(4) டைம் ஸோன்ஸ் (Time Zones)

இனி அவை ஒவ்வொன்றைப் பற்றியும் பார்க்கலாம்.

(1) ஆர்க்ஸ்

ஆர்க்ஸ் என்பவை (ஜியாமெட்ரி பாக்சில் இருக்கும்) காம்பஸ் கொண்டு பங்குகளின் விலை சார்ட்டில் அரைவட்டங்கள் போடுவது போன்றது.

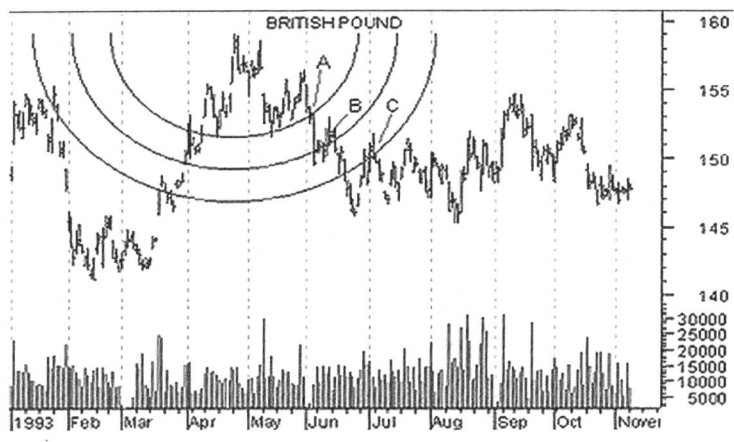

படம்: ஆர்க்ஸ்

முதலில் இரண்டு அதீத நிலைகளுக்கு (Extreme points) இடையில் ஒரு டிரெண்ட் லைன் வரைந்து கொள்ள வேண்டும். ஒன்று கீழே விழுந்த விலை, மற்றொன்று அது தொட்ட உச்சம்.

பின்பு உச்சத்தில் காம்பஸை வைத்துக்கொண்டு டிரெண்ட் லைனை வெட்டுவது போல மூன்று அரைவட்டங்கள் வரைய வேண்டும். முதலாவது 38.2%ல் இரண்டாவது 50.0%ல் மூன்றாவது 61.8%ல்.

இப்படிச் செய்ய அந்தக் குறிப்பிட்ட பங்குக்கு எவை எல்லாம் சப்போர்ட் லெவல், எவை எல்லாம் ரெசிஸ்டென்ஸ் லெவல் என்று தெரிய வரும்.

(2) ஃபேன்ஸ்

முன்போலவே இரண்டு அதீதமான விலைகளை குறித்துக் கொண்டு அவற்றுக்கு இடையே டிரெண்ட் லைன் வரைய வேண்டும். பிறகு இரண்டாவது அதீத விலை நிலைக்கு குறுக்கே ஒரு செங்குத்தான கோடு வரைந்து கொள்ள வேண்டும். அது கண்ணுக்குப் புலப்படாத அளவு மெலியதாக இருத்தல் நலம். பின்பு முதல் அதீத விலை நிலையில் இருந்து மூன்று டிரண்ட் லைன்கள் வரைய வேண்டும். அந்த மூன்று டிரெண்டு லைன் களும், செங்குத்துக் கோட்டினை முறையே 38.2%, 50% மற்றும் 61.8%ல் வெட்டிச் செல்ல வேண்டும்.

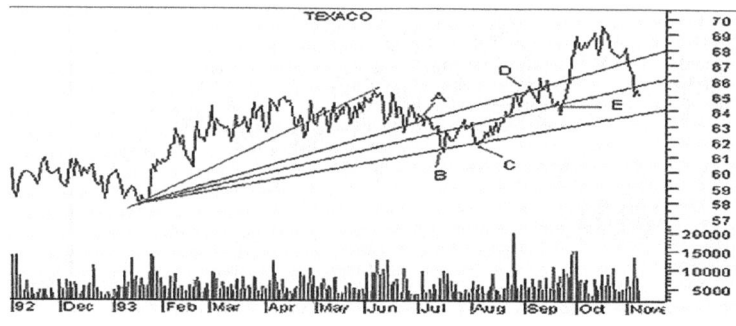

படம்: டெக்சாகோ நிறுவனத்தின் 1992-93 சார்ட்

இவையும் சப்போர்ட் மற்றும் ரெசிஸ்டென்ஸ் புள்ளிகளைக் கண்டுபிடிப்பதற்கு உதவும்.

(3) ரீட்ரேஸ்மென்ட்ஸ்

முன்பு செய்தது போலவே இரண்டு அதீதமான விலைகளை குறித்துக்கொண்டு, அவற்றுக்கு இடையே ஒரு டிரெண்ட் லைன் வரையவேண்டும். பின்பு அந்த டிரெண்ட் லைனை 0.0%, 23.6%, 38.2%, 50.0%, 61.8%, 100%, 161.8%, 261.8%, 423.6% ஆகிய அளவுகளில் வெட்டுமாறு வரிசையாக ஒன்பது சமதளக் கோடுகளை வரையவேண்டும். இவற்றில் கடைசி சிலவற்றை வரைய இயலாமல் போகலாம். காரணம் அவை சார்ட்டுக்கு வெளியே போகும் அளவு இடம் தேவைப்படும்.

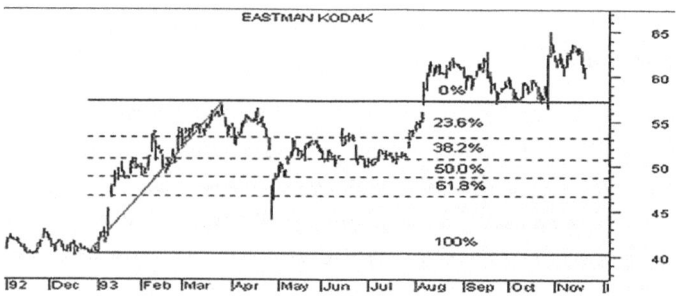

படம்: ஈஸ்ட்மென் கோடக், 1992-93

படம்: HDFC பங்கு

ஒவ்வொரு ஃபிபனோச்சி இடத்திலும் என்ன நடக்கிறது என்று பார்க்கலாம். இவற்றை வைத்து என்ன என்ன விலைகளில் ரெசிஸ்டன்ஸ் மற்றும் சப்போர்ட் கிடைக்கும் என்பது தெரிய வரும்.

தேசியப் பங்குச் சந்தைக் குறியீட்டு எண் நிப்டி, அப்படி ஒரு குறிப்பிட்ட இடத்தைத் தாண்டியதும் என்ன ஆகிறது பாருங்கள்!

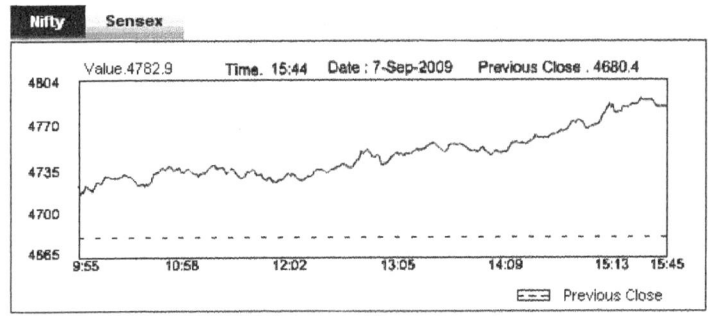

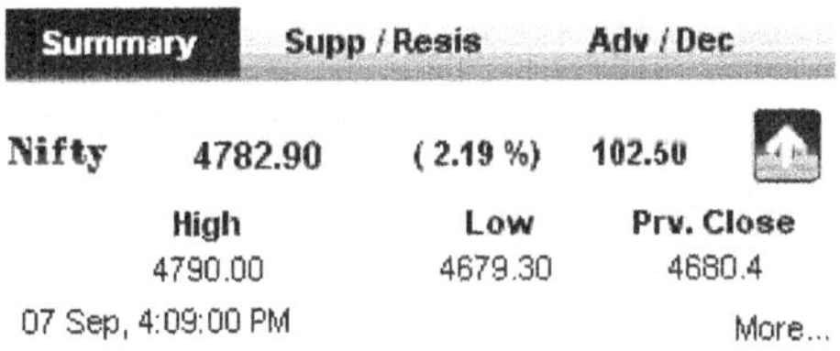

61.2% என்கிற அளவை தாண்டிய நாள் காலையிலிருந்தே தீர்மானமாக நிப்டி உயர்ந்ததைப் பார்க்கலாம்.

(4) டைம் ஸோன்ஸ்

வரையக் கூடியவற்றிலேயே இதுதான் சுலபமான படம். ஒரு பிரைஸ் சார்ட் படத்தை எடுத்துக்கொண்டு, அதில் செங்குத்தாக 1, 2, 3, 5, 8, 13, 21, 34 என்கிற ஃபிபனோச்சி வரிசை எண் இடைவெளிகளில் கோடு வரைய வேண்டும்.

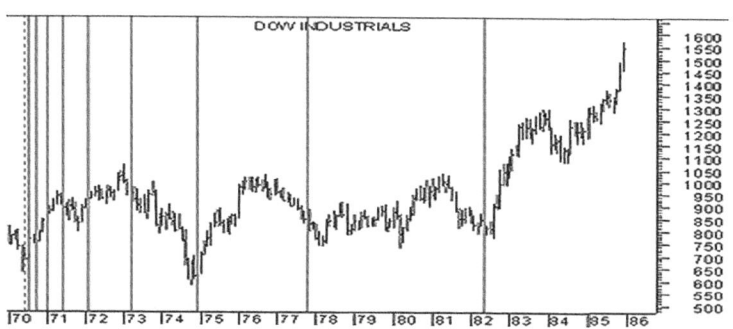

படம்: டவ் இண்டஸ்ரியல்ஸின் 1970-1986 வரையிலான சார்ட்

அந்தக் கோடுகள் வரும் இடங்களில் விலை மாற்றங்கள் (டிரெண்ட் மாற்றம்) இருக்கும்.

ஃபிபனோச்சி எண்களை நாம் மெனக்கெட்டு வரைந்து பார்க்க வேண்டியதெல்லாம் இல்லை. எல்லாவற்றுக்கும் சாஃப்ட்வேர் இருக்கின்றன. அவற்றைப் பயன்படுத்திக் கண்டுபிடித்து விடலாம்.

9. டிரேடிங் - சில ஆலோசனைகள்

டிரேடிங் பற்றிப் பார்த்தோம். நிப்டியில் டிரேடிங் செய்வதால் கிடைக்கக் கூடிய நன்மைகள் பற்றியும் பார்த்தோம். இண்ட்ரா டே வர்த்தகம் மற்றும் வேறுவிதமான டிரேடிங்குகள் பற்றி தெரிந்து கொண்டோம்.

டிரேடிங்குக்கு உதவும் டெக்னிக்கல் அனாலிசிஸ் பற்றி பொதுவாகவும், பின்னர் பங்குச் சந்தை பயணத்துக்கு வெளிச்சம் தரும் கேண்டில் ஸ்டிக்குகள் உட்பட, பலவேறு லீடிங் இண்டிகேட்டர்கள் பற்றி ஓரளவு விரிவாகவே பார்த்தாகிவிட்டது.

இனி என்ன?

இவற்றை எல்லாம் பயன்படுத்தி, பங்குச் சந்தையில் எப்படி வெற்றிகரமான டிரேடர் ஆவது என்பதற்கான குறிப்பான ஆலோசனைகளை சிறிய சிறிய தகவல் களாகப் பார்க்கலாம்.

1. திட்டமிடு

ஏனோதானோ என்று வர்த்தகம் தொடங்கும் நேரம் உள்ளே நுழைந்துவிட்டு, எதையோ, யாரோ சொன் னார்கள், பரிந்துரைத்தார்கள் என்று வர்த்தகம் செய்ய வேண்டாம்.

இதுவும் ஒரு தொழில், வேலை போலத்தான். நட்டங்கள் தவிர்க்கப்பட வேண்டும். லாபம் அதிகரிக்கப்பட வேண்டும். அதனால் பந்தயங்களுக்கு முன், விளையாட்டு வீரர்கள் 'டீம் மீட்டிங்' போடுவது போல, நிறுவனங்களில் 'மார்னிங் மீட்டிங்' செய்வது போல, நாமும் குறைந்தபட்சம் தனியாகவாவது, சற்று நேரம் என்ன செய்யலாம், என்ன செய்யக் கூடாது என்று சிந்திக்க வேண்டும்.

முன்பு என்ன நடந்தது? ஏன்? எது சரியாக வந்தது? எது சரியாக வரவில்லை? இன்றைக்கு நிலைமை என்ன? நாம் என்ன, எவ்வளவு செய்யலாம், செய்யக் கூடாது? எல்லாவற்றையும் யோசித்து, முடிவுக்கு வந்துவிட்டு பின்புதான் இறங்கவேண்டும்.

2. உணர்வுகள் விலக்கு

நாம் முன்பு நட்டப்பட்டு இருக்கிறோம் என்பதற்காக அல்லது இன்னும் லாபம் செய்யவில்லை என்பதற்காக, விலைகள் 'போனால் போகிறது' என்று உயராது. இது நம் அறிவுக்குத் தெரியும். ஆனால் உணர்வு அதனை வீழ்த்திவிடும்.

சந்தையில் நடப்பதற்கு ஏற்ப நாம் நடந்து கொள்ள வேண்டும். அங்கே நம் விருப்பு வெறுப்புகள், ஆசை, பயங்களுக்கு வேலை கிடையாது. நம்முடைய கோபம், எரிச்சல் ஆகியவற்றைக் காட்ட முடியாது. தொலைக்காட்சிகளில் பார்த்திருக்கிறோமே, 'அவுட் ஆகிவிட்டோம்' என்று தரையை எட்டி உதைக்கும் கிரிக்கெட் வீரரின் கால்தான் அடிபடும்.

3. பரிந்துரைகள்தான் வேதவாக்கு

டிரேடிங் என்று வந்துவிட்டால், அதன் சட்ட திட்டங்களுக்குக் கட்டுப்படவேண்டும். 'பை அபவ்' என்றால், அதற்கு மேல் தான். 'செல் பிலோ' என்றால் அதற்குக் கீழ்தான். ஸ்டாப் லாஸ் என்பது தவிர்க்கப்படக் கூடாதது. வீட்டின் கதவு போன்றது. அவசியம் வேண்டும்.

4. என்ன செய்திகள் வரும் நாள் அது?

பங்குச் சந்தையில் விலைகளை நகர்த்துவது உணர்வுகள். உணர்வுகளைத் தூண்டுவது தகவல்கள் / செய்திகள் / கிசு கிசுக்கள். செய்திகளில் புள்ளிவிவரங்கள், அறிவிப்புகளும் அடங்கும்.

ஒவ்வொரு வர்த்தக தினத்தன்றும் அன்றைக்கு என்ன செய்திகள் வரும் என்பதை முன்கூட்டியே தெரிந்துகொண்டு, அதற்கு ஏற்ப ஜாக்கிரதையாக இறங்கவேண்டும். பெரிய பொசிஷன்களை சில நாள்கள், சில நேரங்கள் தவிர்க்கலாம். தவறில்லை.

இதற்காகவே நாள், நட்சத்திரம் என்ன என்று தினசரி கேலண்டர் பார்ப்பதுபோல, பங்குச் சந்தையில் டிரேட் செய்பவர்களும், அவர்களே தயாரித்துக் கொள்ளும் ஒரு கேலண்டரைப் பார்த்துக் கொள்ள வேண்டும். அதில் என்ன நிகழ்வுகள், என்றைக்கு என்று முன்கூட்டியே தெளிவாகக் குறித்துக்கொள்ள வேண்டும்.

தேர்தல் அறிவிப்பு, கிரெடிட் பாலிசி அறிவிப்பு, பொருளாதார சர்வே முடிவுகள், ஏற்றுமதி, இறக்குமதி எண்கள், மாதாந்திர கார் / இருசக்கர வாகன விற்பனை எண்கள், ரிசர்வ் வங்கிகள் (நம் தேசம் தவிர மற்ற முக்கிய தேசங்களும் சேர்த்து) அறிவிப்பு செய்கிற தினங்கள், அமெரிக்காவின் வீட்டு விற்பனை எண்கள், வேலையிழந்தோர் எண்ணிக்கை வரும் தினங்கள் என்று ஏகப் பட்டவை உள்ளன.

IMF, அமெரிக்காவின் ஃபெடரல் ரிசர்வ், ஐரோப்பிய யூனியன் மத்திய வங்கி, ஜப்பானின் மத்திய வங்கி போன்றவை எடுக்கும் முடிவுகள், மூடி (Moody) போன்ற சர்வதேச ரேட்டிங் ஏஜென்ஸி களின் திருவாய் மலர்தல்கள் ஆகியவற்றையும் கவனிக்க வேண்டும்.

5. உலகப் பங்குச் சந்தைகள் மீதும் ஒரு கண்

நாம் வர்த்தகம் செய்வது நம் நாட்டுப் பங்குச் சந்தையில்தான் என்றாலும், உலக நாடுகளில் என்ன நடக்கிறது என்கிற கவன மும் நமக்கு அவசியம். அரசியல் மற்றும் பொருளாதார நிகழ்வுகள் பங்குச் சந்தையின் மீது தாக்கம் செலுத்துபவை. அமெரிக்க, ஐரோப்பிய, சீன, ஜப்பானிய பொருளாதாரங்கள் மிகப் பெரியவை என்பதால், அங்கே இடி இடித்தால், நாம் குடைகளைத் தேடி எடுத்து விரித்துக்கொள்ள வேண்டும். நம் பங்குச் சந்தைகளில் மழை பெய்யாவிட்டாலும் சாரலாவது அடிக்கும்.

நம் நேரப்படி காலையில், அமெரிக்காவின் டவ் ஜோன்ஸ் மற்றும் நாஸ்டாக் நிலவரம் என்ன என்று பார்த்தால், முதல் நாள் அவை எப்படி முடிவுற்றிருக்கின்றன என்பது தெரியும். இவை

நமது பங்குச் சந்தையின் காலை ஆரம்ப நிலவரத்தில் எதி ரொலிக்கும். அடுத்து பகல் 12.30 முதல் 1.30 வரை. ஐரோப்பிய பங்குச் சந்தைகள் திறக்கும். குறிப்பாக இங்கிலாந்து, ஜெர்மனி, பிரான்ஸ். FTSE, CAC, DAX F ஆகியவை. அவற்றின் தாக்கம் மதியம் நமது பங்குச் சந்தைகளில் பிரதிபலிக்கும்.

அதேபோல சிங்கப்பூர் நிப்டி. நமது NSE-யின் நிப்டிதான். ஆனால் சிங்கப்பூரிலும் டிரேட் ஆகிறது. காலையில் நமக்கு பங்குச் சந்தை வர்த்தகம் தொடங்குவதற்கு முன்பாகவே, அங்கே தொடங்கி விடுகிறார்கள். அவர்களது தினம் நமக்கு ஒன்றரை மணி நேரம் முன்பாகவே விடிந்துவிடுகிறது.

ஹாங் காங், சிங்கப்பூர், சீனா, மலேசியா, கொரியா போன்ற நாடுகளின் பங்குச் சந்தைகளும் நம் பங்குச் சந்தைகள் வர்த்தகம் தொடங்கும் நேரத்துக்கு முன்பாகவே தொடங்கிவிடும். அங்கே நிலவரம் எப்படி என்பதை வைத்து இங்கே விளையாட்டு நடக்கும்.

பங்குச் சந்தைகள் தவிர தங்கம், கச்சா எண்ணெய், டாலர் மதிப்பு போன்றவையும் சர்வதேச வர்த்தகப் பொருள்களின் விலை எழுச்சி வீழ்ச்சிகள் ஆகியவையும் கவனிக்கப்படும். அதற்கேற்ப பல பங்குகளின் விலைகள் எழும், விழும். இரும்பு, தாமிரம், செம்பு, அலுமினியம், துத்தநாகம் போன்றவை இந்தப் பொருள்கள்.

6. கேண்டில்களைப் பார்

குறியீட்டு எண்ணோ, பங்கு விலையோ இன்றைக்கு எப்படி புல்லிஷ்ஷா, பேரிஷ்ஷா என்று கண்டுபிடிக்க ஒரு குறுக்கு வழி உண்டு. ஆரம்ப விலையும் அன்றைய (அப்போதைய) அதிக பட்ச விலையும் ஒன்றா? அப்படியென்றால், மேலே ஏறுவது கடினம். ஆரம்ப விலையும் அப்போதைய குறைந்தபட்ச விலையும் ஒன்றா, அப்படியென்றால் இறங்கும் வாய்ப்பு குறைவு.

இதற்கு 'ஒன் அவர் கேண்டில்கள்' பார்க்கலாம் என்பார்கள். முதல் 5 நிமிட (9.55 - 10.00) கேண்டில்கள் பார்ப்பவர்களும் உண்டு. பின்பு நிலைமை மாறலாம். ஆனாலும், ஒரு வேகமான கணக்கு இது.

7. அன்றைய அதிகபட்சம் என்ன?

ஒரு பங்கோ, குறியீட்டு எண்ணோ துள்ளாட்டம் போடுகிறது, உயருகிறது. வாங்க வேண்டும் என்று நினைக்கிறோமா? அது வரை நடந்ததில் எது அதிகபட்ச விலை என்று பார்ப்பது. அதற்கு மேல் போனால் (Day's new High) வாங்குவது. அதே போல இறங்குகிற பங்கு மேலும் இறங்கலாம் என்று ஷார்ட் அடிக்க விருப்பமா? அன்றைக்கு அது வரை குறைந்தபட்ச விலை என்ன நடந்துள்ளதோ, அதற்குக் கீழே ஒரு ரூபாய் தள்ளி, ஷார்ட். இதிலும் சிலமுறை தவறலாம். அடுத்தடுத்து நிகழும் மாற்றங்களைப் பொருத்தது. ஆனால் பல சமயங்களில் இந்த முறை கை கொடுக்கும். இவற்றுக்கு ஸ்டாப் லாஸ் - நேர் எதிர் ஹை அல்லது லோ.

8. தூரப்பார்வை(யும்) கொள்

கேண்டில்கள், பார் சார்ட், மூவிங் ஆவரேஜ் போன்ற மொமெண்டம் இண்டிகேட்டர்களைப் பார்த்துத்தான் செய்வோம். ஆனால் இவையெல்லாம் அன்றன்றைக்கானவை. அருகில் இருந்து பார்ப்பது போன்றவை.

இவற்றைப் பார்த்துப் பார்த்துச் செய்யும் அதே நேரம், கொஞ்சம் 'தூரப் பார்வை'யும் வேண்டும். தள்ளி நின்று மொத்தச் சந்தையையும் பார்ப்பது. சமீபகாலத்தில் என்ன நடந்திருக்கிறது என்றும் பார்ப்பது. தொடர்ந்து உயர்ந்து வந்திருக்கிறதோ? தொடர்ந்து இறங்குகிறதோ? ஃபிபனோச்சி அளவுகளில் ஏதாவது எல்லையைத் தொடுகிறதா? ஸ்பிரிங்கில் பட்டு எகிறுவது போல திசை மாறி ஏதும் பெரியதாக நடக்குமோ! முன்பு நிப்டி சார்டுகளில் பார்த்தோமே, அப்படி. எப்போதோ ஒருமுறை அப்படியும் நடக்கலாம்.

9. விதிவிலக்குகளும் உண்டு

மொத்தச் சந்தையும் ஒரு திசையில் பயணிக்க, நேர் எதிர் திசையில் நகரும் சில விதிவிலக்குகளும் இருக்கலாம். அந்தத் துறை அல்லது நிறுவனத்துக்கான மிக நல்ல அல்லது மிகக் கெட்ட செய்திகளின் காரணமாக. அல்லது அவை ஏற்கெனவே ஓவர் பாட் (Over bought) அல்லது, ஓவர் சோல்டு (Over sold) நிலைகளை அடைந்திருக்கலாம். அதனால் ம(ச)ந்தையில் இருந்து பிரிந்து போகலாம். அவற்றில் லாங், ஷார்ட் ஜாக்கிரதை.

10. டெக்னிக்கல் போதும்

செய்வது டெக்னிக்கல் பரிந்துரைகளை வைத்து என்றால், ஃபண்டமெண்டல் செய்திகளை வைத்துக் குழப்பிக்கொள்ள வேண்டாம். ஒன்று ஏரோபிக்ஸ் உடற்பயிற்சி போன்றது என்றால் மற்றது யோகா போன்றது. இரண்டும் வெவ்வேறு அடிப்படை களில் இயங்குவது. தொடர்புபடுத்திக்கொள்ள வேண்டாம். ஃபண்டமெண்டல் செய்திகளையும் உள்வாங்கி (ஏப்பம் விட்டு) நடப்பதுதான் டெக்னிக்கல்.

11. முறை தவறாதே

இண்ட்ரா டே டிரேடுக்கு எடுத்தால், அன்றே முடிக்க வேண்டும். 'நட்டம் அதிகமாக இருக்கிறதே!' அல்லது 'லாபம் கூடுதலாகக் கிடைக்கக் கூடும்' என்றோ சிலர் தங்கள் 'டே டிரேட்'களை முடித்துக்கொள்ள மாட்டார்கள்.

லாஸ் போயிருந்தால், இலக்கு விலை நெருங்கும்போது, அவசரம் அவசரமாகத் தங்களின் விற்கும் ஆர்டரை எடுத்து விடுவார்கள். அதே போலவே ஷார்ட்டிலும் வாங்கும் ஆர்டரை எடுத்துவிடுவார்கள். கூடுதல் வாய்ப்பிருந்தால், லாபத்தைத் தொடர விடலாமே என்று தோன்றலாம். பத்துக்கு எட்டு முறை இந்த அணுகுமுறை பிழையாகவே முடியும். செய்வது அன்றாட வர்த்தகம் என்றால், அதற்குரிய முறையுடன் ஆட வேண்டும்.

12. சற்று இளைப்பாறு

வர்த்தகம் செய்கிறோம். சில சமயங்களில் லாபம். சில சமயங் களில் நட்டம். தொடர்ந்து நட்டம். கூடுதல் நட்டம். என்ன செய்யலாம்? தொடர்ந்து லாபம் அல்லது பெரிய லாபம். என்ன செய்யலாம்?

லாபமோ, நட்டமோ இரண்டில் எது தொடர்ந்து வந்தாலும், அதன் காரணமாக செய்பவரின் மனநிலையில் சற்று மாற்றம் வரும். இயல்பான மனநிலை இருக்காது. உணர்ச்சி, அறிவை ஒதுங்கிக்கொள்ளச் செல்லும். பரபரப்பு அதிகமாகும். விட்ட தைப் பிடிக்கவேண்டும் என்றோ, மிகச் சுலபமாக இன்னும் பல மடங்கு லாபம் செய்ய முடியும் என்றோ மனது தவிக்கும். அதனாலேயே தவறுகள் நிகழும்.

தவிர்ப்பதற்கு என்ன செய்யலாம்? இயல்பு நிலைக்குத் திரும்ப வேண்டும். அதற்கு வர்த்தகம் செய்வதைச் சற்று நிறுத்திவைத்து விட்டு நிதானம் அடையவேண்டும். சந்தையில் ஈடுபடாமல் சந்தையைக் கவனிக்க வேண்டும். பின்பு சந்தையில் இறங்கிக் கொள்ளலாம்.

13. அகலக்கால் வேண்டாம்

ஒரு பங்கு பற்றி பரிந்துரை வருகிறது. வாங்கலாம் அல்லது விற்கலாம் என்று. சிலர் அதே காலை (Call), கேஷ் மார்க்கெட்டுக்கும் பயன்படுத்துவார்கள். அதே நேரம் அந்தப் பரிந்துரையை ஃபியூச்சர்ஸ் மார்க்கெட்டுக்கும் பயன்படுத்துவார்கள். இரண்டிலும் பொசிஷன் எடுப்பார்கள். விற்க வேண்டிய கால் ஆக இருந்தால் விற்பார்கள். செய்தால் என்ன என்று தோன்றும். எதற்காக ஒரே தகவலின் அடிப்படையில் இரண்டு சந்தைகளிலும் செய்ய வேண்டும்? ஒன்று போதுமே! அதிலேயே குவாண்டிடி (அதிக அளவு) செய்துவிட்டுப் போவது.

14. மனம் மாறாதே

சிலர் மனது குற்றாலத்தில் வசிக்கும் ஜீவன் போன்றது. தாவிக் கொண்டே இருக்கும். முதலில் வந்த பரிந்துரையைப் பார்த்து வாங்குவார்கள். அதாவது, லாங் போவார்கள். ஆனால், அந்தப் பங்கின் விலை சோதனையாக உயராமல் இருக்கும். தவிர, பின்பு இறங்கும். உடனடியாக அந்தப் பங்கை விற்று வைப்பார்கள். இது ஸ்டாப் லாஸ் மாதிரியோ, 'டபுள் லாங்' அல்லது 'டபுள் ஷார்ட்' மாதிரியோ அல்ல. எதையும் யோசிக்காமல், பக்கத்தில் இருப்பவர்கள் யாரோ சொல்லி அல்லது அவர்கள் வாங்குகிறார்களே என்று தாங்களும் வாங்குவது.

மொத்தத்தில், அன்றைய பகல் முழுக்க அவர்களுக்குப் பெரும் அலைச்சல் (வாங்குவதும், விற்பதுமாக). ஆனால் நிகரமாக நட்டம். தேவையா? 'வாங்கும் முன் (விற்கும் முன்) சிந்தித்துச் செய். செய்தபின் அதன்படிப் போ.' இந்த ஒழுங்கு அவசியம்.

15. இட்லியாக இரு

இயற்கையிலேயே ஒவ்வொருவருக்கும் ஒவ்வொருவிதமான இயல்பு இருக்கும். இம்பல்சிவ்னெஸ் பற்றித் தெரிந்திருக்கலாம். நினைத்ததும் (நினைத்ததைச் செய்வது) பணம் வைத்து

விளையாடும் ஆட்டம் அல்லவா இது! ஒவ்வொரு தவறான முடிவுக்கும் கட்டணம் கட்ட வேண்டும். கட்டணத்தின்மீது வரிகள் வேறு கட்டவேண்டும். 'பல்லைக் கடித்துக்கொண்டு உட்காரவேண்டும்' என்பார்கள். வாங்கியது விலை இறங்கினால், எடுத்த முடிவு சரிதான் என்றால் பொறுத்துக்கொண்டு சும்மா இருக்கவேண்டும். அல்லாடும் மனம் இந்த வேலைக்கு ஆகாது.

16. எல்லாம் நமக்கல்ல

நமது தரகரிடமிருந்தோ அல்லது வேறு எவரிடமிருந்தோ நமக்கு கால்கள் (Call) வருகின்றன. ஒருநாள் முழுக்க இப்படிப் பல கால்கள் வரும். வருவதை எல்லாம் செய்யவேண்டும் என்பதில்லை. (அப்படிச் செய்யுங்கள் என்று சொல்லும் தரகர்களும் உண்டு. அவர்கள் பத்து அனுப்பினால் ஆறு ஏழு சரியாக வரும். நாமாக அந்தப் பத்தில் இருந்து தேர்ந்த சிலவற்றை செய்யப் போக... வெற்றி பெறக்கூடிய சிலவற்றை நாம் தவறவிடவும் நேரலாம் என்பது அவர்கள் கவலை.) ஆனாலும், நாம் பார்த்துத் தான் செய்யவேண்டும்.

முதல் காரணம், பெரும்பான்மையானவை தவறாகிப்போனால் நாம் என்னாவது? இரண்டாவது காரணம், சில கால்களில் சத்து இருக்காது. பழத்தின் சதைப் பகுதியைவிட தோலும் கொட்டையும் அதிகமிருந்தால்?

வாங்குகிற விலைக்கும் இலக்கு விலைக்கும் இடையே 10 ரூபாய். வாங்குகிற விலைக்கும் ஸ்டாப் லாஸுக்கும் இடையே 12 ரூபாய். இப்படிப்பட்ட கால்கள் வேண்டவே வேண்டாம். ஸ்டாப் லாஸ் போல இலக்கு (தரும் லாபம்) இரண்டு மடங்குக்கு மேல் இருந்தால் நல்லது. அப்படியிருந்தால், ரிஸ்க் - ரிவார்ட் விகிதம் 1:2 ஆக உள்ளது. முயற்சி செய்யலாம்.

17. கொஞ்சம் ரிஸ்க் எடு

இலக்கு ஒன்று, இரண்டு, மூன்று என்றெல்லாம் கொடுக்கப் பட்டால், வாங்கிய (கேஷ் மார்க்கெட்) பங்குகளில் ஒரு பகுதியை முதல் டார்கெட்டில் கொடுத்துவிட்டு, மீதத்துக்கு சற்று ரிஸ்க் எடுத்து அடுத்த இலக்குக்குக் காத்திருக்கலாம். முதல் இலக்குக்குச் சற்று மேலே ஸ்டாப் லாஸை மாற்றி உயர்த்திப் போட்டுக்கொள்ளலாம்.

ஷார்ட்டிலும் அப்படியே செய்யலாம். F&O ஆக இருந்தால், செய்வது ஒன்றுக்கும் மேற்பட்ட லாட்கள் என்றால், அதிலும் இந்த முறையைப் பயன்படுத்தலாம்.

18. இரவுக் காவல்காரன் கிடையாது

ஓவர்நைட் பொசிஷன் என்பது தலைவலியானது. ஒருநாள் என்பது ஐந்தரை மணிநேர விளையாட்டு. விலைகள் ஓரளவு இறங்கலாம், ஏறலாம். ஆனால் அன்றைக்கு கணக்கு முடிக்காமல், மாறுநாள் அல்லது வேறு ஒரு நாள் பார்த்துக்கொள்ளலாம் என்று போய்விடுபவர்கள் உண்டு. அது 'கேரி பார்வர்டு டிரேட்'. பொசிஷனல் கால் ஆகிவிடும்.

இதனையே திட்டமிட்டு, தாங்கக்கூடிய அளவு மட்டும் செய்பவர்களுக்குப் பிரச்னை இல்லை. ஆனால் அன்றாட வர்த்தகம் செய்பவர்களுக்கு, இந்த ஓவர்நைட் பொசிஷன்கள் வேண்டாம். நமது இரவு நேரத்தில்தான் அமெரிக்கப் பங்குச் சந்தை நடக்கிறது. அங்கே எதுவும் நிகழலாம். நிகழ்ந்தால், மறுநாள் இங்கே பங்குச் சந்தை அலறும். (நவம்பர் 2009-ல் துபாய் வேர்ல்ட் என்கிற துபாய் நிறுவனம், 59 பில்லியன் டாலர் கடனை அடைக்க அதிகத் தவணை கேட்க, மறுநாள் இந்தியப் பங்குச் சந்தையும் கடுமையாக வீழ்ந்து, பின்புதான் எழுந்தது.)

பகலில் இண்ட்ரா டேயில் நாம் ஸ்டாப் லாஸ் போட்டு வைக்கலாம். ஏதாவது பிரச்னை என்றாலும் ஸ்டாப் லாஸ் காப்பாற்றிவிடும். ஆனால் விட்டு விட்டுப் போகும் பொசிஷனுக்குக் காவல் கிடையாது. மறுநாள் காலை பங்கு வர்த்தகம் கேப் டவுன் (Gap down) ஆகத் தொடங்கினால், வேறு வழியே இல்லை. நட்டம்தான்.

அதேபோல F&O-வில், ஷார்ட் போய்விட்டு, மறுநாள் பார்த்துக்கொள்ளலாம் என்று விட்டுவிட்டால், Gap up ஆகத் தொடங்கி அது ஒரு கை பார்த்தாலும் பார்த்துவிடும். ஒன்றும் செய்ய முடியாது. அப்படித்தானே 2009-ம் ஆண்டு, மே மாதம், 18-ம் தேதி திங்கட்கிழமை, நாடாளுமன்றத் தேர்தல் முடிவுகளுக்குப் பின் 10% கேப் அப்பில் தொடங்கியது. உடன் முடிந்து, மீண்டும் 11.30 மணிக்குத் தொடங்கி மற்றொரு 10% உயர்ந்து, மறுநாளும் 10% உயர்ந்து (பின், தளர்ந்தது) ஷார்ட் அடித்தவர்களை ஒட்டு மொத்தமாகக் காலி செய்தது என்பதைப் பார்த்தோம்.

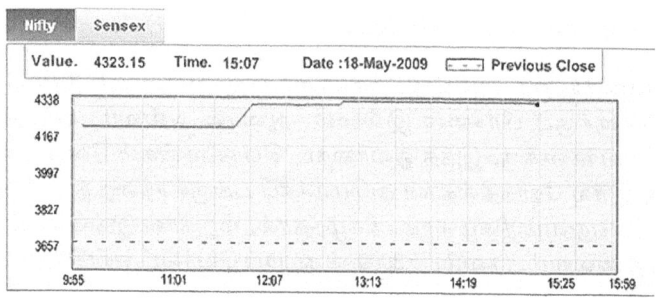

படம்: 18.5.2009 நிப்டி சார்ட்

தனிப்பட்ட பங்குகளுக்கும் இந்த நிலை ஏற்படலாம். சமீபத்திய உதாரணம், சத்யம் கம்ப்யூட்டர்ஸ்.

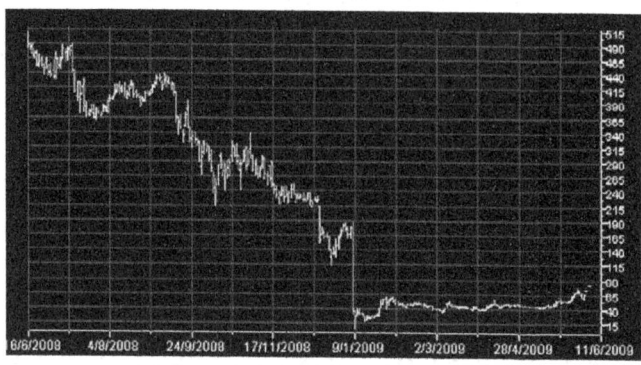

ஒரு நாள் முடித்துக்கொள்ளாமல் விட்டுவிட்டால், இவ்வளவு தூரம்கூட விலை விழமுடியும். ஸ்டாப் லாஸ் போட முடியாது. காரணம், தொடக்கமே கேப் டவுன்தான்.

19. ஹெட்ஜ் செய்

கேஷ் மார்க்கெட், ஃபியூச்சர்ஸ், ஆப்ஷன்ஸ் என்ற மூன்றையும் பயன்படுத்த வேண்டும். ஒன்றுக்கு ஒன்று உதவியாகவோ, பாதுகாப்பாகவோ ஹெட்ஜ் செய்யலாம்.

20. காகிதச் சர்க்கரை இனிக்காது

லாபத்தைப் பார்த்தால், பிடித்து விடுங்கள். எப்போது வேண்டுமானாலும். பிடிக்கிற லாபம்தான் ஒட்டும். திரையில் பார்க்கிற (பார்த்த) லாபமில்லை.

ஒரு ஸ்டாப் முன்பாகவே ஏறிக்கொள்வதும் இறங்கிவிடுவதும் பாதுகாப்பானது. கடைசிச் சொட்டுவரை குடிக்கவேண்டும் என்று நினைத்து கப்பியை (எழுத்துப் பிழை இல்லை. காப்பிக்கு பதில், டம்ளர் அடியில் வண்டலாக இருக்கும் காப்பித்தூள் கப்பியை) வாயில் போட்டுக்கொள்ள வேண்டாம்.

21. நட்டம் குறை

நட்டம் உண்டாக்குகிற டிரேட்கள் எவ்வளவுக்கு எவ்வளவு குறைகின்றனவோ அவ்வளவுக்கு அவ்வளவு நல்லது என்பதைச் சொல்லத் தேவையில்லை.

22. கணக்கு எழுதிப் பார்

ஏதோ ஒரு டிரேடில் நல்ல லாபம் வரும். அது மனத்தில் பதிந்துவிடும். ஆனால் பல டிரேடுகள் சின்னச் சின்னதாக நட்டமாகும். அது மனத்தில் பதியவே பதியாது. 'அதில்தான் லாபம் வந்திருக்கிறதே, அதில் இதெல்லாம் அடங்கிப் போய் விடும்' என்பது போன்ற சமாதானம் மனத்தில் தோன்றும். கணக்கு எழுதிப் பார்த்தால்தான் தெரியும். ஒவ்வொருவரும் அவசியம் தங்களுக்குக் கிடைக்கும் லாப நட்டங்களை எழுதி, கூட்டிக் கழித்துப் பார்த்தே ஆக வேண்டும். மாதக் கணக்கில் பார்க்காமல் விட்டுவிடக் கூடாது.

23. ஒருவழிப் பாதை அல்ல

பங்குச் சந்தைக்கு எடுத்து வரும் பணத்துக்கு அளவும் கணக்கும் வைத்துக்கொள்ள வேண்டும். அதிலும் மிக முக்கியமாக

டிரேடிங்குக்கு. இங்கே முதலீடு செய்த பணத்தில் மீதம் எதுவும் இல்லாமல் போகலாம். (கூடுதலாகக் கேட்கவும் செய்வார்கள்!)

அவ்வப்போது காசோலை கொடுப்பதுபோல, பெற்றுக் கொள்ளவும் வேண்டும். கொடுத்த அளவுக்கே என்பது ஒரு வித ஒழுங்கு. 50,000 ரூபாய் ஒருமுறை கொடுத்தால், அதைத் திரும்பப் பெற்றே ஆகவேண்டும் என்கிற ஆதங்கம் வேண்டும்.

24. துஷ்டனைக் கண்டால்...

சில பங்குகளில் 'ஆப்பரேட்டர்கள்' ஆதிக்கம் இருக்கும். அவை உப்புப் பெறாத பங்குகளாக இருக்கலாம். நிர்வாகத்தினர், பேலன்ஸ் ஷீட், வியாபார அளவு என்று எதுவும் சரியாக இருக்காது. ஆனால் விலை (குதித்து குதித்து) ஏறும், (குதித்து குதித்தே) இறங்கும். டிரேடிங் செய்யத் தூண்டும். ஆனால் அவற்றைத் தவிர்த்துவிடுவதே நல்லது. பிடி இல்லாத கத்தி போன்றவை அவை. ஒரு நேரம் இல்லாவிட்டால், மற்றொரு நேரம் கையைப் பதம் பார்த்துவிடும்.

25. டிரேடிங்குக்கு ஏற்றவை சில

ஆயிரக்கணக்கில் பங்குகள் இருந்தாலும், எல்லாப் பங்குகளும் டிரேடிங்குக்கு ஏற்றதல்ல. இப்படி வடிகட்டிய பிறகு, தேறுகிற சில இருக்கும். அவை அதிக எண்ணிக்கையில் புழங்கும் பங்கு கள், அதிக எண்ணிக்கையில் தினசரி வர்த்தகமாகும் பங்குகள். F&O-விலும் உள்ள பங்குகள். தினசரி விலை மாற்றங்களைச் சந்திக்கும் பங்குகள். இந்தப் பட்டியலில் இருந்து ஒரு சில வற்றை மட்டும் நம் டிரேடிங்குக்கு என்று தேர்வு செய்யலாம். காரணம், இவற்றுக்குத்தான் தகவல்கள் எல்லா இடங்களிலும் இருந்தும் கிடைக்கும். சார்ட்டுகள் கிடைக்கும். ஊடகங்களில் வெளிப்படையாக அலசல்கள் நடக்கும்.

உதாரணத்துக்கு நிப்டி, ரிலையன்ஸ், டாடா ஸ்டீல், டாடா மோட்டார்ஸ், இன்போசிஸ், SBI, ONGC, மாருதி, BHEL போன்றவை முதல் நிலை. HDFC, ஹீரோ ஹோண்டா, ஹிண்டால்கோ, IDBI, PNB போன்றவை இரண்டாம் நிலை.

இவற்றில் எதாவது ஒன்றை மட்டும் தேர்வு செய்துகொண்டு, அதில் மட்டுமே டிரேட் செய்பவர்கள் உண்டு. எப்போதும், இந்தத் தேர்வு செய்த கவுண்டர்களில் பொசிஷன் வைத்திருக்கும்

பெரும் தனவந்தர்கள் (HNI என்றழைக்கப்படும், ஹை நெட் வொர்த் இண்டிவிஜுவல்ஸ்) உண்டு.

நாமும் நிப்டி, ரிலையன்ஸ் போன்ற ஒரே கவுண்டரில் செய்ய லாம். அதைப் பற்றி மிக அதிகமாகத் தேடித் தெரிந்துகொள்ள முடியும். கவனிக்க முடியும். சரியான முடிவுகள் எடுக்க முடியும். அதிகம் தெரியாத பங்குகளில் டிரேட் செய்ய இறங்கி மாட்டிக் கொள்ளும் ஆபத்து தவிர்க்கப்பட வேண்டியது.

மிக அதிகமானவர்களால் முறையாக வாங்கி விற்கப்படும் பங்குகளின் போக்கினை, அவற்றின் விலை நகரும் விதத்தை வைத்து (சார்ட் வைத்து) கணிக்கலாம். நிப்டி, BHEL, HDFC, IDBI, இன்போசிஸ், SBI போன்ற சில பங்குகள், அப்படி முறையாக சார்ட்டைப் பின்பற்றுவன. சார்ட்டில் ஏறும் என்று தெரிந்தால், அதை நம்பி இந்தப் பங்குகளை வாங்கலாம். வேறு சில பங்குகளின் சார்ட் படங்களே கோணல் மாணலாக இருக்கும். அவை ஒரு சிலரால் ஆட்டி வைக்கப்படுபவை. அவற்றுக்கு டெக்னிக்கல் அனாலிசிஸ் உதவாது.

26. உறுதி செய்துகொள்

ஒரு பங்கின் விலை ஏறிவிட்டது. நாம் தாமதமாகத்தான் பார்க்கிறோம். என்ன செய்யலாம்? அன்றைய ஹைக்கு மேலே, லாங் போகலாம். முதலில் அதைத் தாண்டட்டுமே! தாண்டித் தானே மேலே போகவேண்டும்! அன்றைய (அதுவரையிலான) உச்சம் ஒரு ரெசிஸ்டென்ஸ் ஆகக்கூட இருக்கலாம்.

அதேபோல ஷார்ட் போவதென்றால், விலைகள் அன்றைய அதுவரையிலான குறைந்தவிலைக்கும் கீழே போனால் ஷார்ட் அடிக்கப் போட்டு வைக்கலாம்.

27. முடிவு விலைகள் முக்கியம்

புதிய ஹை, புதிய லோ எல்லாம் ஏதோ தகவல்களைச் சொல்லு கின்றன. உடன் வால்யூம் பார்க்க வேண்டும். 52 வார லோ, 50 நாள் மூவிங் ஆவரேஜ் போன்றவற்றுக்கு மேலே, கீழே போனாலும், ஏதோ டிரண்ட் தொடங்குகிறது என்று பொருள்.

ஆனால் இவற்றில் எல்லாம் குளோசிங் பிரைஸ் முக்கியம். ஒரு நாளின் ஐந்தரை மணி நேர ஆட்டத்தில் எவரும் ஏமாற்றலாம்.

அன்றைக்கு இறுதி வரை விலை நிற்கிறதா? அதைவிட முக்கியம் வீக்லி குளோசிங். அதன் வலு இன்னும் கூடுதல்.

28. பழைய செய்திக்கு மதிப்பில்லை

வருகிற செய்திகளை வைத்து, பரபரப்பாக முடிவெடுக்க வேண்டாம். பல சமயங்களில் சந்தை அந்தச் செய்தியை ஏற்கெனவே ஜீரணித்திருக்கும். நாம் புதிதாக அர்த்தம் கொடுக்கவேண்டாம்.

29. கணக்குகள் வேறு

'விட்ட நட்டம் முழுவதையும் பிடிக்கும்வரை ஓயமாட்டேன்', 'விட்ட கவுண்டரிலேயே பிடிப்பேன்' என்றெல்லாம் நினைக்க வேண்டாம். ஒவ்வொரு ஆட்டமும் தனித்தனி. எவ்வளவு லாபம் வேண்டுமானாலும் கிடைக்கும். எவ்வளவு நட்டம் வேண்டுமானாலும்(!) ஏற்படும். நம் லாபநட்டக் கணக்கு, சந்தைக்கானது அல்ல, அதன் கணக்கு வேறு.

30. முன்கூட்டியே முடித்துக்கொள்

ஒவ்வொரு டிரேடிங் தினத்திலும் கடைசி 15 நமிடங்கள் எதுவும் நடக்கலாம். எவ்வளவு பேர் இண்ட்ரா டே வர்த்தகத்தில் லாங்கிலோ ஷார்ட்டிலோ இருக்கிறார்கள் என்பதைப் பொருத்து வர்த்தகம் முடியும் நேரம், விலைகள் அலைபாயும், அல்லாடும். பகல் முழுக்க உயர்ந்திருக்கும். இறுதியில் பாதியளவைக்கூடத் திரும்பக் கொடுத்து விடும். இறங்கியது பாதி தூரம் கூட ஏறியும் வரும். எல்லாம் பொசிஷன்களை கட் செய்யும் வேலையால் நிகழ்வது.

ஆயிரக்கணக்கான பங்குத் தரகு நிறுவனங்களின் டீலர்கள், அவர்களின் வாடிக்கையாளர்களிடம், 'பொசிஷனைக் குறை யுங்கள் அல்லது மார்ஜின் பணம் கட்டுங்கள்' என்பார்கள். தவிர, பிராஃபிட் புக்கிங் வரும். தேசியப் பங்குச் சந்தைக்கு 1,500 ஊர்களில் 2 லட்சத்துக்கும் அதிகமான டிரேடிங் டெர்மினல்கள் இருக்கின்றன. எல்லோராலும் டெலிவரி எடுக்கவோ, மறு நாளைக்கு பொசிஷனை எடுத்துச் செல்லவோ முடியாது.

அவர்கள் எல்லாம் முடித்துகொள்ளத் தொடங்கும்முன் நாம் முந்திக்கொண்டுவிடலாம் என்று, லாபமோ, நட்டமோ சந்தை

முடிவதற்கு அரை மணி முன்பே முடித்துக்கொள்ளலாம். இது ஒரு விதத்தில் பாதுகாப்பானது.

அதேபோல, வெள்ளிக்கிழமைகள் வெள்ளிக்கிழமை மாலை வரை காத்திராமல் மதியமே இந்த 'முடித்துக் கொள்ளும்' ஜுரம் வரும். மாதம் ஒருமுறை கடைசி வியாழன் அன்று காலையிலேயே வரும். ஓரிரு நாள்கள் முன்பாக வரவும் செய்யும். முன்கூட்டியே விலகிவிட்டு வேடிக்கை பார்க்கலாம். அல்லது நிம்மதியாக வேறு வேலை பார்க்கலாம்.

31. கண்ணை நம்பாதே

ஒரு டிரேடருக்குத் தெரிய வேண்டியவை என்ன? எப்போது விலைகள் ஏறத் தொடங்கும்? எது அப் டிரண்ட்? இது முதலாவது. எப்போது இறங்குமுகம்? டவுன் டிரண்ட்? இது இரண்டாவது. இவற்றைத் தெரிந்துகொள்வதற்கு உதவுபவை 'ரிவர்சல் பேட்டர்ன்ஸ்'.

விலைகள் ஏறிக்கொண்டிருக்கின்றன. நாலு நாள்களாக உயர்வு. சாதாரண முதலீட்டாளருக்கு என்ன எண்ணம் வரும்? இவ்வளவு உயர்ந்து விட்டதே, இனி இறங்கித்தான் ஆகவேண்டும் என்று தோன்றும்.

வெறும் விலை ஏற்றத்தை நம்பவேண்டாம். அது போலியாக இருக்கக்கூடும். விலை இறக்கமும் அப்படியே. எழுதுகிற எண்களில் பூஜ்யம் போல. அவற்றுக்குத் தனியாக மதிப்பு கொடுக்கக் கூடாது. 'வால்யூம்' இருந்தால், அதற்கு முக்கியத்துவம் கொடுத்தே ஆகவேண்டும்.

விலை	வால்யூம்	செய்யவேண்டியது
உயருகிறது	அதிகம் இல்லை	விற்றுவிடலாம்
விழுகிறது	அதிகம் நடக்கிறது	விற்றுவிடலாம்
உயருகிறது	அதிகம் நடக்கிறது	வாங்கலாம்
விழுகிறது	அதிகம் இல்லை	வாங்கலாம்

வால்யூம் அதிகம், குறைவு என்பது கவுண்டருக்கு கவுண்டர் மாறும். வழக்கமாக ஒரு கவுண்டரில் என்ன சராசரி நடக்குமோ அதைவிடக் கூடுதலோ, குறைவோ என்பதுதான் கணக்கு.

32. சந்தை என்ன செய்யும்?

சந்தையின் போக்கு உயர்வதாக இருக்கும்போது வருகிற எந்தக் கெட்ட செய்தியையும் சந்தை கண்டுகொள்ளாது. முக்கியத்துவம் கொடுக்காது. இறங்காது. ஆனால் செய்தியை கவனிக்கும். வாங்கி பத்திரமாக உள்ளே வைத்துக்கொள்ளும். டிரண்ட் மாற வேண்டிய நேரத்தில் எல்லாக் கெட்ட செய்திகளுக்குமாகச் சேர்த்து இறக்கும். இது டவுன் டிரண்டுக்கும் பொருந்தும்.

33. பொறு, கவனி, செய்

சந்தை திறந்தவுடன் நாம் உள்ளே போய் எதையாவது பரபரப்பாகச் செய்யவேண்டும் என்பதில்லை. சற்று பொறுக்கலாம். முதல்நாள் சந்தை முடிந்ததில் இருந்து கிடைத்த செய்திகள், தவறவிட்ட வாய்ப்புகள், உலக பங்குச் சந்தைகளில் இருந்து வந்துள்ள செய்திகள் ஆகியவற்றின் அடிப்படையில் ஏற்பட்டுள்ள எதிர்பார்ப்புகள் என்று பலவற்றாலும் தூண்டப்பட்டு, பலரும் காலையில் வந்ததும் வேகவேகமாக வாங்கவோ விற்கவோ செய்வார்கள். பகல் நேரத்தில், நடப்பது தெரியும் அளவு, காலையில் தொடக்கம் எப்படியிருக்கும் என்று தெரியாது. எவ்வளவு பேர் எதில் புல்லிஷ்? எவ்வளவு பேர் எதில் பேரிஷ்?

இவற்றை எல்லாம் தெரிந்துகொண்டபின் நாம் காய் நகர்த்தலாம். முந்தைய படங்களைப் பார்த்தால் தெரியும். தொடக்கமே, எப்படி முந்தைய நாள் முடிவில் இருந்து பெரிய இடைவெளியுடன் வித்தியாசமாக இருக்கிறது என்று. ‘கேப் ஓப்பனிங்’ என்பார்கள். பெரிய இடைவெளி. இடைவெளி எந்தப் பக்கமும் இருக்கலாம். அப் ஆகவோ அல்லது டவுன் ஆகவோ!

இவற்றை முன்பே நிப்டி டிரேடிங்கில் பார்த்திருக்கிறோம்.

இப்படி ஓப்பன் ஆகிறதே என்று நாமும் பாயக் கூடாது. சமயத்தில் (ஒரு சில சமயங்களில்தான்) உயர்வு தொடரலாம். வேறு சமயங்களில் சும்மா ஒரு பக்கம் போவது போல போக்கு காட்டிவிட்டு (தாக்குப் பிடிக்க) முடியாமல், கீழே விழுவதும் உண்டு. அதையும் நிப்டி டிரேடிங் அத்தியாயத்தில் பார்த்தோம்.

இதற்காகத்தான் 9.55 to 10.00 என்கிற 5 நிமிடத்துக்கான கேண்டிலைப் பார்க்கவேண்டும் என்கிறோம். நடக்கப் போவதை அது காட்டிக் கொடுத்துவிடும்.

34. தொடக்கத்தைப் பார்

தொடக்கமும், அப்போதைய வரையிலான 'லோ'வும் ஒன்று என்றால், சந்தை நன்றாக இருக்கலாம்.

தொடக்கமும் அப்போதைய வரையிலான 'ஹை'யும் ஒன்று என்றால், சந்தை இறங்கலாம்.

35. டிரண்டைப் பிடி

டிரேடிங்கின் வெற்றியே, டிரண்ட் மாறுமிடத்தைச் சரியாகக் கண்டுபிடிப்பதில்தான் இருக்கிறது. சந்தை இப்படி ஓடினால், நாமும் உடன் ஓடவேண்டும். அது ஏதோ ஓரிடத்தில் நின்று திரும்பினால், நாமும் நின்று திரும்ப வேண்டும். ஆனால், அது எச்சரிக்கை செய்யாமல் திடீரென்று திரும்பினால், நாம் தடுமாறி விடுவோம். தேவையில்லாமல் எதிர்ப் பக்கமும் (பிரேக் போட்டு சிறிது தூரம் ஓடியே நிற்கும் வண்டி போல) ஓடுவோம். அதனால் பதற்றம் மட்டுமல்ல. நட்டமும்தான்.

அதனால் டிரண்ட் ரிவர்சலை முன்கூட்டியோ, குறைந்தபட்சம் ஆகும்போதோ தெரிந்துகொள்ள வேண்டும். இதற்கு கேண்டில்கள் உதவும்.

36. சப்போர்ட், ரெசிஸ்டென்ஸ் கண்டுபிடி

ஓடினால் எதுவரை ஓடும்? எங்கே அதன் (விலை) ஓட்டம் தடைபடும் என்கிற ரெசிஸ்டன்ஸ்களைத் தெரிந்து வைக்கவேண்டும். விழுந்தால் எந்த எந்த வளைவுகளில் தடுக்கி நிற்கும் என்ற சப்போர்ட்டுகளையும் தெரிந்து வைக்கவேண்டும்.

கேண்டில்களை 5 நிமிடங்களுக்கு ஒருமுறையோ, 10, 30, 60 நிமிட இடைவெளிகளிலோ வரையலாம். எல்லாவற்றிலும் அந்தக் கால அளவின் ஓப்பனிங், குளோஸிங், லோ, ஹை ஆகிய தகவல்கள் இருந்தால் போதும்.

37. புரிந்துகொள்

பங்குகள் மிக அதிகம் இறங்கினால், அப்போது ஒரு எழுச்சி வரும். அதன் பெயர் புல் பேக் ரேலி (Pull back Rally). ரிலீஃப் ரேலி (Relief Rally) என்றும் இதனைச் சொல்லலாம். நம்

பொசிஷனிலிருந்து வெளியேறுவதற்கு இதைப் பயன் படுத்தலாமே தவிர, இதை நம்பி இறக்கம் முடிந்து விட்டது என்று நினைத்து மேலும் வாங்கக் கூடாது. விழுந்த அளவு முழுமையும் எழாமல் 40 முதல் 60% வரை எழுகிறபோது, அதனை இப்படிப்பட்ட ரேலியாகக் கருதி, வாய்ப்பாக பயன்படுத்திக் கொள்ளவேண்டும்.

இந்த ரேலிக்கு காரணங்கள் என்றால் ஒன்று, அதிகம் ஷார்ட் போனவர்கள், தங்கள் ஷார்ட்டை கவர் செய்வதனால் நிகழலாம் அல்லது இந்தப் பங்கைத் தொடர்ந்து கவனிப்பவர்கள், 'பரவாயில்லையே, முன்பு அவ்வளவு விலை போனது. இப்போது இவ்வளவு குறைந்திருக்கிறதே!' என்று வாங்குவதால் இருக்கலாம். அப்படி வாங்கினால் அதன் பெயர் 'வேல்யு பையிங்'.

அதிகம் விலை உயர்ந்தபின்பும், இதேபோல ஓர் அயர்ச்சி காரணமாக விலையில் தளர்வு வரும். ஓட்டம் முடிந்தது என்று லாபத்தை எடுக்க அவசரப்பட வேண்டாம். 'ப்ராஃபிட் புக்கிங்' முடிந்ததும், மீண்டும் விலைகள் உயரலாம்.

38. சேர்ந்துகொள்

தொடர் வீழ்ச்சிக்குப் பிறகு, உயர்வு டிரண்ட் தொடங்குகிறது என்றோ அல்லது தொடர் எழுச்சிக்குப் பிறகு, வீழ்ச்சி டிரண்ட் தொடங்குகிறது என்றோ தெரிய வந்தால், பொசிஷனல் லாங் அல்லது பொசிஷனல் ஷார்ட் போகலாம். அடித்துவிட்டு ஸ்டாப் லாஸ் போட்டுவிட்டுக் காத்திருக்கலாம். கணிசமான லாபம் பார்க்கலாம்.

39. F&O ஜாக்கிரதை! கடைசி நாள் ஆட்டம்

அமாவாசை அன்று கடல் ஆக்ரோஷமாக இருக்கும். அன்று கடலுக்கு போகாதே என்பார்கள். பங்குச் சந்தை கடலில் அமாவாசை என்பது F&O முடிவுறும் மாதத்தின் கடைசி வியாழன். அன்று ஆட்டம் அதிகமாக இருக்கும். மேலேறும், சருக்கும், உயரும் விழும். குதியாட்டம் போடும். சின்னப் பிள்ளைகள் (புதியவர்கள், பக்குவப்படாதவர்கள்) பயந்தே விடுவார்கள். அடிபட்டு விடும்.

அமாவாசைக்கு முதல் இரண்டு நாள்களிலேயேகூட கொந் தளிப்பு தொடங்கலாம்.

40. F&O-வுக்கு ஏற்ற பங்குகளை மட்டுமே

அதிக லிக்விடிட்டி (வாங்கி விற்றல்) இல்லாத பங்குகளில் டிரேடிங் செய்யக்கூடாது. தண்ணீர் அதிகமில்லாத ஆற்றில் படகு விடுவது போலத்தான். மணலில் சிக்கிக் கொண்டுவிடும். நகராது. நகர்த்தவும் முடியாது.

சின்டெக்ஸ், LMW, ஹேவெல்ஸ் போன்ற பல நல்ல நிறுவனங்கள் உள்ளன. இவை F&O-விலும் உண்டு. ஆனால் அங்கே விலை உயர்வு, இறக்கம் என்பது கணிக்க முடியாததாக இருக்கும்.

தவிர, வாங்கக் காத்திருப்பவர் (உதாரணத்துக்கு) 200 ரூபாயில் இருக்கிறார் என்றால், விற்கக் கூடியவர் 210 ரூபாயில் (தான்) இருப்பார் என்பது போன்ற நிலைமை இருக்கும்.

சமயத்தில் ஒரு முழு தினத்துக்கும் வெறும் 2,000 பங்குகள் கூட வர்த்தகம் ஆகாது. சிக்கல்தான்.

41. பட்டியல் மாறலாம்

சில பங்குகளை F&O பட்டியலில் இருந்து எடுத்துவிடுவார்கள். (முன் அறிவிப்பு கொடுத்துதான். ஆனால் நாம் கவனித்திருக்க வேண்டுமே!) அதன்பின் அது அங்கே டிரேட் ஆகாது என்பதால், இருக்கிற விலைக்கு முடித்துக்கொள்ள வேண்டிய கட்டாயம் வரும்.

42. அளவுகளும் மாறும்

சில பங்குகள் போனஸ், ஸ்டாக் ஸ்பிலிட் (முகமதிப்பு மாற்று வது) என்று ஏதாவது செய்யும். அதனால் அந்த லாட்டுகள் குட்டி போடும். ஒன்று இரண்டாகும், ஐந்தாகும். குறிப்பிட்ட மாதங் களுக்கு ஒருமுறை நடப்பு விலைகளைப் பொருத்து F&O-வில் லாட் அளவு மாற்றுவார்கள்.

43. வேறுபாடு உண்டு

அதிக டிவிடெண்ட் கொடுக்கும் சில பங்குகளின் கேஷ் மார்க்கெட் விலையும் F&O விலையும் கணிசமான

வேறுபாட்டுடன் வர்த்தகமாகும். அதை வைத்து 'ஆர்பிட்ராஜ்' வாய்ப்பு என்று நினைத்துவிடக் கூடாது.

44. எல்லையைத் தொட்டபிறகு...

சில F&O பங்குகள், அதிகம் வாங்கவோ விற்கவோ படுவதால் அவை 'மார்க்கெட் வைட் லிமிட்' என்கிற அளவைத் தொட்டு வரும். அதன்பிறகு அதில் வர்த்தகம் செய்ய (வாங்கவோ, விற்கவோ) முடியாது. இருக்கிற பொசிஷனை நேர் செய்ய மட்டுமே அனுமதிப்பார்கள். அதனால் அவற்றின் விலை மாற்றங்கள் கட்டுப்பாட்டுக்குள் வரும். எந்த அளவு என்பதை பங்குச் சந்தை இணையத்தளங்களில் பார்க்கலாம்.

45. ரோல் ஓவர் உத்திகள்

F&O-வில் வாங்கியிருக்கிறோம். கிட்டத்தட்ட மாதக் கடைசி. ஆனால் தொடர்ந்து வைத்துக்கொள்ள விரும்புகிறோம். அதற்கு இந்த மாதத்தில் விற்றுவிட்டு அடுத்த மாதம்தான் வாங்கவேண்டும். சிலர் மாதக் கடைசிவரை காத்திருப்பார்கள். அது சமயம், இந்த மாத விலைக்கும் அடுத்த மாத விலைக்கும் இடையே கணிசமான விலை வேறுபாடு வந்துவிடலாம். கடைசிவரை காத்திருப்பதும் (விலை வந்தால் கொடுத்துவிட்டு நகர்ந்து விடலாமே!) ஒரு உத்தி, முன்கூட்டியே (எதற்கு வீணாகக் கடைசி நேரத்தில் கூடுதல் விலைக்கு ரோல் ஓவர் செய்துகொண்டு) என்று மாற்றிக் கொள்வதும் ஒரு உத்திதான்.

46. வேண்டுகோள்

எதனை தொடர்ந்து செய்தாலும், அந்தப் பழக்கத்துக்கு அடிமையாகிவிடும் ஆபத்து இருக்கிறது. டிரேடிங்கும் விதிவிலக்கல்ல. தொடர்ந்து செய்வதால் இதிலே லாபம், நட்டம் இரண்டையும் வெறும் எண்களாகப் பார்க்கும் நிலைக்கே பலர் தள்ளப்பட்டிருக்கிறார்கள். பகலில், சந்தையில், இருபதாயிரம் நட்டம், முப்பதாயிரம் நட்டம் என்பதுபோலத் தெரிய வருவனவற்றை ஏற்றுக்கொண்டு, 'சரி, நாளை பிடித்துவிடலாம்' என்று யோசித்தபடி வெளியே வருவார்கள். ஆட்டோக்காரர் எழுபது ரூபாய் கேட்க வேண்டிய தூரத்துக்கு, எண்பது ரூபாய் கேட்க, அவரோடு

பத்து ரூபாய்க்கு மல்லுக்கட்டுவார்கள். 'யானை போவது தெரியாது, கடுகு போவதுதான் தெரியும்' என்பது போல.

பங்குச் சந்தையில் டிரேடிங்கில் இழப்பது வேறு எங்கோ உழைத்துச் சம்பாதித்த பணம் என்பதை மறக்கவேண்டாம். அந்தக் கவனம்கூட இல்லாத அளவுக்கு அதில் மூழ்கிவிட வேண்டாம்.

அவ்வப்போது கிடைக்கும் லாபத்தினை எடுத்து விடுங்கள். தவறில்லை. எப்போதாவது எடுக்கத்தான் வேண்டும். அப்படி எடுத்தால்தான், பின்பு தேவைப்பட்டால், பணம் கொடுக்க மனது வரும்.

மொத்தத்தில்

எவ்வளவோ முறைகளும் சார்ட்டுகளும் உண்டு. டெக்னிக்கல் அனாலிசிஸ் ஒரு கடல்.

ஒரு சிலவற்றை மட்டும் பார்த்திருக்கிறோம். தொடர்ந்து பார்க்க, இதனைப் பற்றிப் படிக்க, விவரம் தெரிந்தவர்கள் பேசுவதைக் கேட்க, புரிதல் அதிகமாகும். செய்யுங்கள்.

வெளியில் இருந்து பார்ப்பதற்குச் சுலபம் போலத் தெரியும் பங்குச் சந்தையில் வெற்றி பெற, கட்டாயம் தகுதி தேவை. இந்தத் தகுதி என்பது, மூன்று விஷயங்களை உள்ளடக்கியது.

முதலாவது, விஷய ஞானம். Knowledge. பங்குகள், டிரேடிங் பற்றிய தகவல்கள், விவரங்கள், டெக்னிக்கல் அனாலிசிஸ் உட்பட. இதற்கு புத்தகங்கள், சொற்பொழிவுகள், தொலைக் காட்சி நிகழ்ச்சிகள் இணையத்தளங்கள் உதவும்.

இரண்டாவது ஸ்கில்ஸ் (Skills) திறன்கள். செய்யும் திறன். தானே செய்யும் இணையம் மூலமான ஆன்லைன் வர்த்தகம். போன் மூலமோ, நேரடியாகவோ தரகரிடம் சொல்லி செய்யும் வர்த்தகமோ, செய்யத் தெரிந்திருக்க வேண்டும்.

மூன்றாவதுதான், டிரேடிங்கில் வெற்றி பெறுவதற்கு மிகமிக அவசியமானது. அது ஆட்டிடியூட் எனப்படும் மனோபாவம். பதறாத மனம். எச்சரிக்கையான அணுகுமுறை. குழப்பமான சூழ்நிலையிலும் நிதானம். இப்படிப் பல. பயம், பேராசை

இரண்டையும் வென்று, அறிவுடன் செயல்படும் குணம். இவை பெற முடியாதவை அல்ல, வளர்த்துகொள்ள முடியாதவையும் அல்ல.

விருப்பமிருப்பவர்கள், செய்யும் திறனுள்ளவர்கள், சிறப்பாகச் டிரேடிங் செய்யுங்கள். மிக நன்றாக லாபமீட்டுங்கள். வழக்கம் போலவே மின்னஞ்சல் அனுப்புங்கள். வாழ்த்துக்கள்.

மேலும் தெரிந்துகொள்வதற்கு

இணையத்தளங்கள்

www.stockcharts.com
www.investopedia.com
www.patternsite.com

புத்தகங்கள்

Candle Sticks Explained, Steve Nison

Beyond Candle Sticks, Steve Nison

Trading for Living, Elder Alexander

Pshychology of Technical Analysis, Tony Plummer

Elliot Wave Principle, AJ Frost & RR Prechter

Master Elliot Wave, Glen Neel

ஆசிரியரின் நூல்கள்

சுயமுன்னேற்றம்

1. இட்லியாக இருங்கள் - எமோஷனல் இன்டெலிஜென்ஸ்
2. எமோஷனல் இண்டெலிஜென்ஸ் 2.0
3. ரசவாதம்: ஏதிலும் பெரும் வெற்றி (NLP பற்றி)
4. தடையேதுமில்லை (சுயமுன்னேற்றக் கட்டுரைகள்)
5. உஷார் உள்ளே பார் (மனமும் சக்தியும்)
6. ஆல் தி பெஸ்ட் ! (நீங்கள் விரும்பும் வேலையை வென்றெடுப்பது எப்படி?)
7. தள்ளு (மோட்டிவேஷன்)
8. சின்னத் தூண்டில் பெரிய மீன்
9. சிறு துளி பெரும் பணம்
10. டீன் தரிகிட (பதின் பருவம்)
11. சொல்லாததையும் செய்!
12. மனதோடு ஒரு சிட்டிங்
13. இவ்வளவுதானா நீ?
14. முன்னேற்றம் இந்தப் பக்கம்
15. எல்லோரும் வல்லவரே
16. காதலில் இருந்து திருமணம் வரை
17. சிக்கனம் சேமிப்பு முதலீடு
18. நல்லதாக நாலு வார்த்தை
19. திட்டமிடுவோம் வெற்றிபெறுவோம்
20. அதிகாரம் அல்ல, அன்பு
21. உடல் மனம் புத்தி
22. யார் நீ?
23. You vs You: *Everything you need to know about Emotional Intelligence*

பங்குச்சந்தை

1. அள்ள அள்ளப் பணம் 1 - பங்குச்சந்தை: அடிப்படைகள்
2. அள்ள அள்ளப் பணம் 2 - பங்குச்சந்தை: அனாலிசிஸ்
3. அள்ள அள்ளப் பணம் 3 - பங்குச்சந்தை: ஃபியூச்சர்ஸ் அண்ட் ஆப்ஷன்ஸ்
4. அள்ள அள்ளப் பணம் 4 - பங்குச்சந்தை: போர்ட்ஃபோலியோ முதலீடுகள்
5. அள்ள அள்ளப் பணம் 5 - பங்குச்சந்தை: டிரேடிங்
6. அள்ள அள்ளப் பணம் 6 - மியூச்சுவல் ஃபண்ட்
7. அள்ள அள்ளப் பணம் 7 - தங்கம்
8. அள்ள அள்ளப் பணம் 8 - இன்சூரன்ஸ்
9. அள்ள அள்ளப் பணம் 9 - கடன்
10. ஷேர் மார்க்கெட் சீக்ரெட்ஸ்
11. பங்கு சந்தை என்றால் என்ன
12. Bulls and Bears - *All about Shares*
13. ஷேர் பசார் சீக்ரெட்ஸ் (ஹிந்தி)

வியாபாரம்

1. நம்பர் 1 சேல்ஸ்மேன் (சிறந்த விற்பனையாளர் ஆவது எப்படி?)
2. பணமே ஓடி வா
3. தொட்டதெல்லாம் பொன்னாகும்
4. பணம், சில ரகசியங்கள்
5. பணம் சந்தேகங்கள் விளக்கங்கள்
6. நேர்மையாக சம்பாதிக்க இவ்வளவு வழிகளா!
7. எந்தத் தொழிலிலும் ஜெயிக்கலாம்

நிர்வாகம்
1. ஆளப்பிறந்தவர் நீங்கள் (தலைமைப் பண்புகள்)
2. காலம் உங்கள் காலடியில் (நேர நிர்வாகம்)
4. உலகம் உன் வசம் (கம்யூனிகேஷன்)
5. உறுதி மட்டுமே வேண்டும் (கமிட்மெண்ட்)
6. உறவுகள் மேம்பட (Secrets of Managing People)
7. சிறந்த நிர்வாகி ஆவது எப்படி?
8. மேனேஜ்மென்ட் குரு கம்பன்
9. வீட்டுக் கணக்கு
10. நேரத்தை உரமாக்கு (காலம் உங்கள் காலடியில் - 2)

பொருளாதாரம்
1. நாட்டுக் கணக்கு
2. நாட்டுக்கணக்கு - 2
3. அதிர்ந்த இந்தியா
4. அவசரம் - உடனடியாக செய்யவேண்டிய சமூக பொருளாதார மாற்றங்கள்

மாணவர்களுக்கு
1. மன அழுத்தம் விரட்டலாமா
2. இந்தமுறை நீதான்
3. நீங்கள் அசாதாரணமானவர்
4. You are Extraordinary
5. திட்டமிடுவோம் வெற்றிபெறுவோம்

மற்றவை
1. எங்குமிருப்பவர் (சாய் சரிதம்)
2. கே பாலசந்தர் - வேலை டி.ராமா சினிமா
3. நல்ல மனம் வாழ்க
4. மகிழ்ச்சியாக வாழுங்கள்
5. அப்பா, மகன் - நெருக்கமும் நெருடல்களும்

புதினம்
1. நெஞ்சமெல்லாம் நீ
2. பட்டாம்பூச்சிகளின் கண்ணாமூச்சி காலம்
3. ஜெமினி சர்க்கிள்

நீங்கள் விரும்பும் புத்தகம் உங்கள் வீடு தேடி வர அழையுங்கள்

Dial for Books

94459 01234 | 9445 97 97 97

WhatsApp No: 95000 45609

dialforbooks.in | amazon.in | flipkart.com